संत ज्ञानेश्वर
समाधी रहस्य आणि जीवन चरित्र

'विचारनियम' या बेस्टसेलर पुस्तकाचे रचनाकार
सरश्री

सकाळ प्रकाशन

सकाळ प्रकाशन

Sant Dnyaneshwar by Sirshree Tejparkhi

संत ज्ञानेश्वर

समाधी रहस्य आणि जीवन चरित्र

'विचारनियम' या बेस्टसेलर पुस्तकाचे रचनाकार

सरश्री

प्रथम आवृत्ती : जून २०१६
तृतीय आवृत्ती : जानेवारी २०१७
चौथी आवृत्ती : एप्रिल २०२३

अक्षरजुळणी आणि मांडणी
अश्विनी महाजन

मुखपृष्ठ
राजू देशपांडे

प्रकाशक
सकाळ पेपर्स प्रा. लि.
५९५, बुधवार पेठ, पुणे ४११ ००२

ISBN : 978-93-84316-74-7

अधिक माहितीकरिता :
०२०-२४४० ५६७८/८८८८८ ४९०५०
sakalprakashan@esakal.com

प्रस्तुत पुस्तक समर्पित आहे,
महागुरू निवृत्तिनाथ यांना
ज्यांनी बालक ज्ञानदेवांना 'स्वबोध' देऊन
त्यांचे रूपांतर संत ज्ञानेश्वरांमध्ये केले.
ज्यांनी ज्ञानेश्वरांकडून निःस्वार्थ सेवेची अशी
सर्वोच्च अभिव्यक्ती करून घेतली, की
त्यामुळे तत्कालीन समाजात
ज्ञानाची आणि भक्तीची लाट उसळली.
आजही कायम असलेली ज्ञान-भक्तीची ती लाट
असंख्य लोकांच्या उद्धाराचे कारण ठरत आहे.

प्रस्तावना

संत ज्ञानेश्वरांच्या दिव्यादृभुत चारित्र्याचे आकर्षण गेली सात-आठ शतके टिकून आहे. त्यांनी दाखवलेल्या मार्गाने जीवनक्रम व्यतीत करणारे साधक, योगी, वारकरी प्रत्येक पिढीत होऊन गेलेले आहेत. नाथ संप्रदायातील योगमार्गाचे रहस्य ज्ञानेश्वरांनी ज्ञानेश्वरीतून प्रकट केले म्हणून ते योगसाधकांना प्रिय असणे जितके स्वाभाविक आहे, तितकेच त्यांना माउली समजून त्यांचे हरघडी स्मरण करणाऱ्या वारकऱ्यांनाही ते पूज्य असणे स्वाभाविक आहे.

आधुनिक काळात वेगवेगळ्या विचारसरणी प्रचलित झाल्या. त्यांना प्रमाण मानणाऱ्या सर्वांनाच नाथसंप्रदायाची किंवा वारकरी संप्रदायाची विचारसरणी मानवेलच असे नाही; पण त्यामुळे त्यांनी ज्ञानेश्वरांचा (किंवा तुकोबांचा) त्याग करावा असे म्हणता येणार नाही. पुणे शहराचे रहिवासी आणि माझ्या वडिलांचे गुरुतुल्य ज्येष्ठ स्नेही रावसाहेब मेहेंदळे यांनी ज्ञानेश्वरांच्या तत्त्वज्ञानाचा अन्वयार्थ प्रसिद्ध तत्त्ववेत्ते जे. कृष्णमूर्ती यांच्या विचारांच्या चौकटीत लावला होता.

आपल्या मूळ पुरुषाचे विचार इतके व्यापक आणि कालातीत आहेत, हे पाहून माझ्यासारख्याच सांप्रदायिकाला अभिमानच वाटायला हवा. आधुनिक काळातील प्रसिद्ध तत्त्वदर्शक सरश्री यांनाही ज्ञानेश्वरांच्या विचारांनी आकर्षित व प्रभावित केले, आणि त्यांच्या विचारांचा उपयोग ते साधकांना मार्गदर्शन करण्यासाठी करत आहेत, हे समजल्यावर मला एक वेगळ्याच प्रकारचे समाधान लाभले.

या संदर्भात आणखी एका गोष्टीचा उल्लेख करायला हवा. तंत्रज्ञानामुळे जगातील वेगवेगळ्या प्रकारच्या भिंती कोसळल्यामुळे इकडचे विचार तिकडे

आणि तिकडचे इकडे असा प्रवास सहजसोपा बनला आहे. यापूर्वी असे कधीही घडले नव्हते.

वैचारिक चलनवलनाच्या या युगात नव्या पिढीतील युवकांना एकच एक सांप्रदायिक विचारांना बांधून ठेवणे सोपे राहिले नाही. तसेच या पिढीला सामोरे जावे लागणाऱ्या समस्यांची उत्तरे शोधण्यासाठी परंपरेतील महापुरुषांच्या प्रचलित विचारांवर नवे प्रयोग करून कोणी त्यांच्या या समस्या सोडवण्यासाठी उपयोग करत असेल तर त्याचे स्वागतच करायला हवे.

सरश्रींच्या *संत ज्ञानेश्वर : समाधी रहस्य आणि जीवन चरित्र* या पुस्तकाकडे मी या दृष्टीने पाहतो. माझ्या मते, हा ज्ञानेश्वरांच्या विचारांच्या उपयोगांचा विस्तार आहे. विज्ञानातसुद्धा मूळ उपपत्ती (theory)चा असा विस्तार होत असेल तरच ती टिकून राहते. तिला मानणाऱ्या वैज्ञानिकांची कसोटी यातच असते की वेगवेगळी समस्याक्षेत्रे या उपपत्तीच्या परिघात आणणे, नव्याने भिडाव्या लागणाऱ्या समस्यांची सोडवणूक करणे. सरश्रींसारख्यांच्या अशा कृतीने ज्ञानेश्वरांच्या तत्त्वज्ञानाचा संप्रदायाबाहेरील लोकांना आधुनिक काळात निर्माण होणाऱ्या समस्यांच्या संदर्भात मार्गदर्शन मिळत असेल तर त्यांचे स्वागतच केले पाहिजे.

सरश्रींनी अशा प्रकारचे वैचारिक प्रयोग या पूर्वी राम, कृष्ण, गीता, बुद्ध, विवेकानंद यांच्या संदर्भातही केलेले आहेत. याचा अर्थ असा होतो की परंपरेला नव्या संदर्भात अर्थपूर्ण बनवण्याचा त्यांचा एक महाप्रकल्पच आहे.

सरश्रींच्या पुस्तकाची अर्पणपत्रिकाही लक्षणीय आहे. हे पुस्तक त्यांनी 'महागुरू' निवृत्तिनाथांना समर्पित केले आहे. त्यातील त्यांची शब्दयोजना समर्पक आहे. 'ज्यांनी बालक ज्ञानदेवांना 'स्वबोध' देऊन संत ज्ञानेश्वरांत त्यांचे रूपांतरण केले. शिवाय त्यांच्याकडून नि:स्वार्थ सेवेची अशी सर्वोच्च अभिव्यक्ती करून घेतली. ज्यायोगे त्या काळी समाजात ज्ञान आणि भक्तीची लाट उसळली. ती लाट आजही कायम असून असंख्य लोकांच्या उद्धाराचे कारण ठरत आहे.'

सरश्रींनी केलेले निवृत्तिनाथांच्या अप्रत्यक्ष योगदानाचे वर्णन अगदी अचूक आहे. निवृत्तिनाथांनी गीतार्थाचा प्रसार सर्वत्र पर्जन्याप्रमाणे कसा केला, हे स्वत: ज्ञानेश्वरांनीही सांगितले आहे.

सरश्रींच्या पुस्तकाची दोन भागांत विभागणी केली गेलेली आहे. पहिल्या भागात ते ज्ञानेश्वरांच्या चरित्राची सरहस्य मांडणी करतात. दुसऱ्या भागात त्यांनी ज्ञानेश्वरांच्या निवडक ओव्या आणि अभंग त्यांच्या अर्थांसह समाविष्ट

केल्या आहेत.

सरश्रींनी सादर केलेले ज्ञानेश्वर चरित्र प्रश्नकेंद्रित आहे म्हणण्यापेक्षा प्रश्नानुरोधी आहे असे म्हणणे अधिक उचित ठरेल. योग्य प्रश्न उपस्थित करता येणे ही अध्यात्मसाधनेची जणू पहिली पायरी आहे.

सरश्री ज्ञानेश्वरांच्या अवताराला संघ अवतार समजतात. निवृत्तिनाथ, ज्ञानेश्वर, सोपानदेव आणि मुक्ताबाई या चार भावंडांनी मिळून लोकांचा आध्यात्मिक विकास केला.

सरश्रींच्या मांडणीला परंपरेतही पाठबळ मिळण्यासारखे आहे. वैष्णवांच्या एका संप्रदायात 'व्यूह' ही संकल्पना प्रचलित आहे. त्यानुसार बलराम, कृष्ण, प्रद्युम्न आणि अनिरुद्ध हा एक अवतारांचा चक्रव्यूह आहे. कलियुगातील ज्ञानेश्वरांचा संघ अवतार हा एक प्रकारचा व्यूहच होय. या भावंडांच्या नावामागचे आध्यात्मिक संकेत उलगडण्याचा उपक्रमही सरश्री करतात.

ज्ञानेश्वर चरित्रातील नेहमी चर्चिला जाणारा मुद्दा म्हणजे त्यांच्या वडिलांनी घेतलेला संन्यास व संन्यासातून गृहस्थाश्रमात केलेले पुनरागमन. सरश्री असे दाखवून देतात की विठ्ठलपंतांचा संन्यास हा पंतांनी पत्नीला फसवून घेतलेला असल्याने तो मुळात खरा नव्हताच. संन्यास घेण्यापूर्वी पत्नीची संमती आवश्यक असते. पत्नी बेसावध असताना तिच्याकडून संन्यासासाठी मिळवलेली संमती खरी संमती नव्हेच. सरश्रींचे हे मत यथार्थच आहे.

माणसाच्या जीवनातील प्रश्न आणि उत्तर या व्यवहाराला सरश्री ईश्वरी खेळ मानतात. तुम्हांला तुमच्या प्रश्नांची उत्तरे तुमच्याच अंतरातील ईश्वरी शक्तीकडूनच मिळत असतात. तुम्ही प्रार्थनेतून प्रश्न मांडू शकता आणि ध्यानात त्यांची उत्तरेही मिळतात. तथापि, या दोन्ही गोष्टी ज्यांना पेलणार नाहीत अशा लोकांचा परमेश्वर दृश्य, स्वप्न, गुरू, ग्रंथ अशा माध्यमांद्वारे उत्तर पाठवतो. हा सिद्धान्त त्यांनी ज्ञानेश्वर चरित्रालाही लावला आहे.

विठ्ठलपंतांनी संन्यासाश्रम सोडून केलेल्या गृहस्थाश्रमास सरश्रींनी तेजसंसार असे नाव दिले आहे. भोगात्यागाच्या पलीकडे जाऊन अलिप्तपणे संसार करणे, जगात वावरणे याला तेजसंसार म्हणायचे असेल, तर त्या संकल्पनेला खुद्द भगवद्गीतेतच पाठिंबा आहे. आणि वारकरी संप्रदायाची शिकवणच *'सत्यवादी करी संसार सकळ। अलिप्त कमळ जळी जैसे।।'* अशी आहे. तिचे आणखी एखाद्या वेगळ्या प्रकारे वर्णन केले तरी काही वावगे ठरणार नाही.

घटनांमागची दैवी योजना समजून चरित्रलेखन करणे हा एक वेगळाच प्रकार म्हणायला हवा. सरश्रींनी ज्ञानेश्वरचरित्राची मांडणी याच प्रकारे केलेली दिसते. त्यानुसार एखाद्या विशिष्ट घटनेवर किंवा कृतीवर लक्ष केंद्रित करण्याऐवजी तिच्या मागच्या पुढच्या कृतींची साखळी विचारात घ्यायची असते. असे केले तर त्यात अनुस्यूत असलेली ईश्वरी योजना गोचर होऊ शकते. एखादी वाईट गोष्ट मग चांगली दिसू लागते. ज्ञानेश्वर चरित्रात स्वत: विठ्ठलपंत आणि रुक्मिणीबाई यांच्यासह ही चारही भावंडे दु:खातही सुख कशी शोधत राहिली याच्या कित्येक कथा प्रचलित असल्याचा उल्लेख सरश्री करतात. नकारात्मक भावनेतून मुक्त होऊन सकारात्मक दृष्टी येण्यासाठी अर्थातच दैवी योजनेवर विश्वास पाहिजे हे उघड आहे. असे मुक्त होता आले तरच सरश्री ज्यांना योग्य प्रश्न म्हणतात ते विचारता येतात. या सर्व प्रश्नांमध्ये 'मी कोण आहे' हा प्रश्न ब्रह्मांडातील सर्वात शक्तिशाली, अर्थात 'लाख मोलाचा' प्रश्न आहे, ज्याच्या उत्तराने मनुष्याला आत्मसाक्षात्कार होऊ शकतो. या प्रश्नाने आपली सर्व दु:खे आणि समस्या एकत्रच विलीन होऊन आपण आनंदी बनू शकतो.'

अशा प्रकारे विचार करण्याची क्षमता लाभलेली व्यक्ती प्राप्त परिस्थितीला, मग ती कितीही प्रतिकूल किंवा दु:खदायक असो, ईश्वरी इच्छा म्हणून सामोरे जाते. ती परिस्थिती उत्पन्न करणाऱ्या मानवांचा राग न धरता त्यांचेही कल्याण इच्छिते, त्यांचीही सेवा करते. सरश्रींच्या या प्रकारच्या विवेचनाने तुकोबांच्या *'ठेविले अनंते तैसेची रहावे। चित्ती असू द्यावे समाधान।।'* या उक्तीचीही संगती लागते.

निवृत्तिनाथ आणि ज्ञानेश्वर यांच्यातील संबंधांबद्दल एक वेगळीच मर्मदृष्टी (insight) प्रस्तुत चरित्रग्रंथातून मिळते. त्यानुसार ज्ञानेश्वर म्हणजे कृतिशील निवृत्तिनाथ (निवृत्तिनाथ इन ॲक्शन), तर निवृत्तिनाथ म्हणजे मौनातील ज्ञानेश्वर. याच विचाराचा विस्तार करून ही चारीही भावंडे एकाच आध्यात्मिक अधिकाराची असल्याचे सरश्री सांगतात. या संदर्भात त्यांनी दिलेल्या दृष्टांतामुळे ज्ञानेश्वर हा संघ अवतार असल्याचे त्यांचे म्हणणे वेगळ्या प्रकारे अर्थपूर्ण झाले आहे. कारण मराठीत 'संघ' हा शब्द खेळाडूंचा चमू या अर्थानेही वापरला जातो. सरश्री म्हणतात, या सर्वांची 'आध्यात्मिक अवस्था एकसारखीच, एका पातळीवरील होती.' 'संत ज्ञानेश्वर अधिक प्रसिद्ध झाले, याचे कारण ते दर्शनी खेळणारे खेळाडू होते. जसे, फूटबॉलच्या खेळाला गोलपोस्टपर्यंत बॉल पोहोचवण्यात वर सर्वच खेळाडूंचा सहभाग असतो; पण नाव त्याचेच प्रसिद्ध

होते, जो शेवटच्या क्षणी पुढे येऊन गोल करतो.'

ज्ञानेश्वर, नामदेव आणि एकनाथ या आपल्या पूर्वसुरींचा उल्लेख तुकाराम महाराजांनी 'खेळिया' असा केलेला आहे, त्याची आठवण सरश्रींच्या या रूपकातून होते.

मातापित्यांच्या मृत्यूपासून ज्ञानेश्वरी लिहिण्याच्या कालखंडातील ज्ञानेश्वरांच्या अवस्थेस सरश्री त्यांची बोधिसत्त्व अवस्था मानतात. या अवस्थेत त्याच्याकडून काही चमत्कारसदृश कृत्ये घडली असतीलही. तथापि, तशा सिद्धीत ते गुंतून पडले नाहीत. अज्ञानी समाजाचे अज्ञान दूर करून त्याचा आध्यात्मिक स्तर उंचावणे हे त्याचे खरे कार्य होते. बोधिसत्त्व म्हणजे समाजावर निरपेक्ष, नि:स्वार्थ प्रेम करणारा. पण समाज म्हणजे समाजच; आपल्या आवडीचा एखादा मर्यादित समूह नव्हे.

सरश्रींनी ज्ञानेश्वर चरित्रातील क्षमा तत्त्वाचे स्थान आणि महत्त्व विशद केले आहे. तिथे त्यांनी दुसऱ्या एका खेळाचा– क्रिकेटचा दृष्टांत दिला आहे. ज्ञानेश्वरांना त्रास देणारे सनातनी कर्मठ हे जणू गोलंदाज असून ते फलंदाज ज्ञानेश्वरांना बाद करू इच्छितात. मात्र, त्यामुळेच ज्ञानेश्वरांना आपले फलंदाजीचे कौशल्य दाखवता येते. चौकार-षट्‌कारांची बरसात करता येते. या दृष्टीने पाहिले म्हणजे हे परंपरानिष्ठसुद्धा क्षमेला पात्र कसे ठरतात हे लक्षात येईल.

या पार्श्वभूमीवर सरश्रींनी ज्ञानेश्वरीच्या निर्मितीची संगती लावली आहे. ज्या समाजाचा स्तर उंचवायचा आहे त्याला त्याच्या भाषेतच ज्ञान सांगायला हवे. हे ओळखूनच निवृत्तिनाथांनी ज्ञानेश्वरांना भगवद्‌गीतेचा अर्थ मराठीत करण्याचा आदेश दिला, तो ज्ञानेश्वरांनी पाळला. त्यांच्या या कृतीला सरश्री 'नि:स्वार्थ जीवनाची अभिव्यक्ती' असे म्हणतात. या आदर्शाचे अनुसरण करणे सामान्य माणसालाही शक्य असल्याचे सरश्रींचे प्रतिपादन आहे. प्रत्येकाला जगण्यासाठी कर्म करावे लागते. पण ती ज्याची त्याची व्यक्तिगत बाब झाली. यापलीकडे जाऊन असे अव्यक्तिगत कर्म करता आले पाहिजे, की जे स्वत:साठी नसेल. अशा प्रकारच्या आयुष्याला ते नि:स्वार्थ जीवन म्हणतात.

याचीच शिकवण ज्ञानेश्वरांनी भक्तीच्या माध्यमातून दिली. नि:स्वार्थ जीवन म्हणजेच 'भक्ती इन ॲक्शन'. यालाच सरश्री वारी समजतात. हेच ते ज्ञानेश्वरांप्रमाणे 'भक्तीचे महाआंदोलन'. त्यांनी वारीचा जीवनयात्रा असा रूपकात्मक अर्थ लावला आहे तो मुळातूनच वाचायला हवा.

ज्ञानेश्वर चरित्रातील चांगदेव कथेचाही सरश्रींनी अभिनव म्हणता येईल असा अर्थ लावला आहे. चांगदेवांना योग हा अहंकार तुष्ट आणि पुष्ट करण्याचा मार्ग वाटत होता. ज्ञानेश्वरांनी उलट योग हा अहंकाराचे विसर्जन करण्याचा मार्ग असल्याचे त्यांना पटवून दिले.

ज्ञानेश्वरांच्या समाधीचे स्पष्टीकरण करताना सरश्रींनी समाधी म्हणजे काय, समाधीचे प्रकार कोणते अशा प्रश्नांची चर्चा सुरुवातीलाच करून चर्चेची पार्श्वभूमी निर्माण केली आहे. या संबंधीचे त्यांचे विवेचन उद्‌बोधक आणि वैशिष्ट्यपूर्ण आहे.

प्रत्येक प्रकरणाच्या शेवटी साधकांना मार्गदर्शन व्हावे, आपण कोठे आहोत हे समजावे म्हणून काही प्रश्न देण्यात आलेले आहेत. त्यावरून प्रस्तुत पुस्तक फक्त वाचण्यासाठी नसून प्रत्यक्ष कृती करण्यासाठी आहे हे लक्षात येईल.

मराठी भाषेत संत ज्ञानेश्वरांविषयी विपुल लेखन केले गेले आहे. अनेक चरित्रेही लिहिली गेली आहेत. प्रस्तुत पुस्तकामुळे या समृद्धीत लक्षणीय भर पडली आहे.

या प्रकारच्या उपक्रमांचे मराठी वाचक स्वागतच करतील.

- डॉ. सदानंद मोरे

पुस्तकाचा लाभ कसा घ्याल?

प्रस्तुत पुस्तकातील संत ज्ञानेश्वरांचे जीवनचरित्र वाचत असताना तुमच्या मनात काही प्रश्न निर्माण होतील, त्यांची उत्तरेही तुम्हांला त्यातच मिळतील. या उत्तरांमुळे तुमच्या जीवनाला एक सकारात्मक वळण मिळेल.

१. पुस्तकाच्या पहिल्या खंडात तुम्हांला संत ज्ञानेश्वर आणि त्यांच्या संघामधील सर्वांचे चरित्र वाचायला मिळेल.
२. दुसऱ्या खंडात संत ज्ञानेश्वरांच्या *ज्ञानेश्वरी, अमृतानुभव, चांगदेव पासष्टी* इत्यादी अलौकिक ग्रंथांतील महत्त्वपूर्ण भाग, त्यांच्या भावार्थासह दिले आहेत.
३. आपल्या जीवनाचा खरा अर्थ, उद्देश जाणून आपले जीवन योग्य अर्थाने सफल बनवण्यासाठी अध्याय ३ आणि ४ तुम्हांला साहाय्यक ठरतील.
४. संत ज्ञानेश्वर नि:स्वार्थ जीवन का आणि कसे जगले, त्यांनी कोणते महान कार्य केले, हे तुम्हांला अध्याय ८, ९, १० आणि ११ यांच्याद्वारे समजून घेता येईल. नि:स्वार्थ जीवनाचे महत्त्व आणि ते कसे जगावे, याची प्रेरणादेखील तुम्हांला या अध्यायांतून मिळेल.
५. वारकरी यात्रेचे प्रयोजन आणि खऱ्या अर्थाने वारी पूर्ण करण्यासाठी आवश्यक असलेली 'समज' तुम्हांला १२व्या अध्यायात मिळेल.
६. 'समाधी' म्हणजे काय, समाधीचे विविध प्रकार, संत ज्ञानेश्वरांनी समाधी का व कशी घेतली, अशा सर्व गोष्टी तुम्ही अध्याय १४ 'मृत्युमननाचा उत्सव' यात जाणू शकाल.

७. खंड-२ मधील अध्याय १५, १६, १७, १८ आणि १९ यांमध्ये गीतेवरील भाष्य असलेल्या, *ज्ञानेश्वरी* या ग्रंथातील काही महत्त्वपूर्ण ओव्या, त्यांच्या व्याख्यांसह आणि कर्मयोग, भक्तियोग, ज्ञानयोग, जन्म, मृत्यू या विषयावर संत ज्ञानेश्वरांचे मार्गदर्शन यांचा लाभ होईल.

८. संत ज्ञानेश्वरांनी त्यांच्या साधनेतील अनुभव *अमृतानुभव* या ग्रंथात विशद केले आहेत. त्यातील काही महत्त्वाचा भाग भावानुवाद स्वरूपात अध्याय २०, २१ आणि २२ यांमध्ये वाचायला मिळेल.

९. अध्याय २३ मध्ये संत ज्ञानेश्वर आणि चांगदेव यांच्यातील पत्रव्यवहार जो *चांगदेव पासष्टी* या नावाने प्रसिद्ध आहे, त्यातील काही महत्त्वाच्या ज्ञानपूर्ण संकलित ओव्या अर्थासह प्रस्तुत केल्या आहेत.

अनुक्रमणिका

प्रस्तावना

जीवनाचा पहिला प्रश्न

प्रिय सत्य साधकांनो,

आपण प्रश्नांची शक्ती जाणता का? प्रश्न विचारण्याच्या क्रियेला कधीही कमी लेखू नका. कारण ती आपल्याला जागृत करणारी क्रिया आहे. प्रश्न विचारल्यानंतर आपल्या अंतर्यामी नेमके काय होते? जणू विचारांचा संपूर्ण साचाच बदलून जातो, एक नवी दिशा प्राप्त होते.

जर योग्य वेळी, योग्य ठिकाणी, योग्य पद्धतीने, योग्य प्रश्न विचारला गेला तर आपल्याला केवळ समाधानच नव्हे, तर संपूर्ण मुक्तीची अवस्था प्राप्त होऊ शकते, इतकी प्रचंड शक्ती प्रश्नांमध्ये आहे. पृथ्वीवर ज्या लोकांनी योग्य प्रश्न विचारले, ते मुक्त झाले.

मात्र, असमंजसपणाने लोकांकडून अशी चूक घडते, की ते योग्य ठिकाणी चुकीचे प्रश्न विचारतात अथवा चुकीच्या ठिकाणी योग्य प्रश्न! परिणामी, दोन्ही ठिकाणी ते तोंडघशी पडतात. उदाहरणार्थ, एकदा एका कार्यक्रमात एका व्यक्तीने एका महिलेला प्रश्न विचारला,'तुमचं लग्न झालंय?' त्यावर महिलेने उत्तर दिले,'नाही'. पुन्हा त्या व्यक्तीने विचारले,'तुम्हांला किती मुलं आहेत?' आता यावर आपण काय म्हणाल?

सांगण्याचे तात्पर्य हे आहे, की आपल्या जीवनात जेव्हा प्रतिकूल घटना घडू लागतात, समस्यांचे डोंगर उभे राहतात, तेव्हा आपणदेखील असेच चुकीचे प्रश्न विचारत राहतो. मग जोपर्यंत आपण योग्य प्रश्न विचारायला शिकत नाही, तोपर्यंत नियतीही आपल्याला चपराक देऊन दुःख देत राहते.

समजा, आपल्यावर एखादा कठीण प्रसंग आला आहे आणि त्या वेळी आपण विचारले,'माझ्याच बाबतीत असं का घडतंय... आता मी या परिस्थितीला तोंड कसं द्यायचं...' तर हे प्रश्न निश्चितच योग्य नव्हेत. अशा वेळी तुम्ही असे म्हणायला पाहिजे, की 'प्राप्त परिस्थिती मी स्वीकारली असून, आता यातून बाहेर पडण्याचा योग्य मार्ग कोणता असेल?', हा प्रश्न योग्य होईल. त्यानंतर आपली भावना लगेच सकारात्मक होऊन, आपले लक्ष समस्येपासून दूर होईल आणि तिच्यावर मात करण्याकडे केंद्रित होईल. शिवाय, आता नियतीही आपल्याला त्या समस्येच्या निराकरणासाठी साहाय्य करेल, मार्गदर्शन करेल ते वेगळेच!

आपण विचारलेल्या प्रश्नांनीच आपली भाग्यनिर्मिती होणार आहे, असे म्हटले तर वावगे ठरणार नाही, अतिशयोक्ती अजिबात होणार नाही. कारण आपणास पडलेले ते प्रश्नच आपल्या आयुष्याला नवे वळण, नवी दिशा प्रदान करतात.

आपल्यासमोर एखादे काम आले आणि आपण लगेच तोंड फुगवून 'आता नाही' असे म्हणालात, तर त्या वेळी मनासोबतच आपले शरीरही साथ देणे लगेच थांबवते. पण आपण जर मनाला योग्य प्रश्न विचारला, की 'आता का नाही?...' तर अशा वेळी तुमच्या बुद्धीला चालना मिळून शरीरही कार्यरत होईल, सक्रिय होईल.

पहिला योग्य प्रश्न कोणता?

एक शिष्य आपल्या गुरूंकडे जाऊन विचारू लागला,''गुरुवर्य, मी दुःखांपासून मुक्त कसा होऊ शकेन?'' उत्तरादाखल गुरुजी म्हणाले,''सर्वप्रथम 'योग्य प्रश्न' कोणता आहे याचा शोध घे.'' तो शिष्य काहीच समजू शकला नाही, तरी गुरूंची आज्ञा शिरोधार्य मानून तो योग्य उत्तराच्या शोधार्थ तेथून निघाला. फिरत फिरत तो अनेक लोकांना भेटला; पण काही केल्या त्याला त्या प्रश्नाचे उत्तर गवसतच नाही. अखेर तो दमूनभागून हताशपणे पुन्हा गुरूंजवळ परतला आणि त्यांना म्हणाला,''या प्रश्नाचं उत्तरच मला सापडलं नाही.'' गुरुजींनी हसत विचारले,''मग इतका वेळ तू काय शोधत होतास?'' तेव्हा शिष्य उत्तरला,''योग्य प्रश्न कोणता असू शकेल, हेच मी शोधत होतो.'' त्यावर गुरुजी म्हणाले,''हाच तर योग्य प्रश्न आहे. प्रत्येक

घटनेत सर्वप्रथम तुला हेच विचारायचं आहे, की योग्य प्रश्न कोणता असू शकेल? त्यानंतर उत्तरादाखल जे योग्य प्रश्न येतील, ते विचारायचे आहेत. असे केल्यानंतर तू नक्कीच दुःखमुक्त होशील. आजवर ज्या-ज्या लोकांनी योग्य प्रश्न विचारले, ते कायमस्वरूपी मुक्त झाले आहेत.''

गुरुजींनी शिष्याला पहिल्या योग्य प्रश्नासाठी खूप फिरवले, कारण त्याला त्याचे मूल्य समजावे, त्याने त्यावर प्रयोग करावा. अन्यथा मनुष्याला सहजतेने मिळालेल्या गोष्टीची किंमत कळत नाही.

आपला प्रश्न असा असायला हवा, ज्यायोगे आपले ज्ञानचक्षू उघडावेत. सारी धूसरता नष्ट होऊन समोरचा मार्ग स्पष्ट दिसावा. जेव्हा आपण असे प्रश्न विचाराल, तेव्हा त्याची उत्तरे आपल्या अंतरंगातून (स्रोतातून) येतील. स्वत:ला प्रश्न विचारल्यानंतर शांतपणे बसून ऐका, उत्तर अवश्य मिळेल. तुमचा पुढचा मार्ग खुला होईल.

लाख मोलाचा प्रश्न

ज्या प्रश्नांनी आपल्याला पूर्ण मुक्ती मिळण्याची शक्यता असते, ते 'लाख मोलाचे' म्हणजेच अमूल्य, महत्त्वपूर्ण प्रश्न असतात. ते इतर प्रश्नांसारखे सामान्य निश्चितच नसतात. चुकीचा प्रश्न, योग्य प्रश्न आणि लाख मोलाचा प्रश्न यांत जमीन-अस्मानाचा फरक आहे.

- चुकीचा प्रश्न विचारल्याने नियती आपल्या जीवनात दुःख निर्माण करते.
- योग्य प्रश्न विचारल्याने आपल्या जीवनात सुख-सोयींचे आगमन होते. कठीण परिस्थितीतूनही आपण सहीसलामत बाहेर पडतो.
- लाखमोलाचे प्रश्न आपल्याला योग्य मार्ग दाखवतात. आपल्याकडून सर्वोच्च निवड करवतात. आपल्याला आत्मसाक्षात्कार (आत्मानुभूती) प्राप्त करून देतात. असे प्रश्न सर्वात महत्त्वपूर्ण आणि शक्तिशाली असतात.

'मी कोण आहे?' हा प्रश्नदेखील असाच लाख मोलाचा प्रश्न आहे. ज्याच्यात आपल्याला आत्मसाक्षात्कार घडवण्याची, आत्मानुभूती देण्याची क्षमता

आहे.जगातील दु:ख पाहून व्याकूळ झालेल्या बुद्धांच्या मनात असा लाख मोलाचा प्रश्न निर्माण झाला, की 'दु:खमुक्तीची अवस्था असू शकेल का?' खरे तर या महत्त्वपूर्ण प्रश्नानेच त्यांचा आध्यात्मिक शोध सुरू झाला. नारदांनी डाकू रत्नाकराला प्रश्न विचारला,''तुझ्या या पापकर्मात तुझे कुटुंबीय सहभागी होतील का?'' लाख मोलाच्या या योग्य प्रश्नानेच त्याचा डाकू रत्नाकरापासून ते महर्षी वाल्मीकीपर्यंतचा प्रवास घडवला. बालक नचिकेताने यमराजाला असेच लाख मोलाचे प्रश्न विचारून ब्रह्मज्ञान (आत्मानुभूती) प्राप्त केले. त्याचप्रमाणे संत ज्ञानेश्वरांनीदेखील आपल्या मोठ्या बंधूंना योग्य प्रश्न विचारून त्यांना आपले गुरू बनवले.

संत ज्ञानेश्वर हे महाराष्ट्रातील असे प्रसिद्ध संत आहेत, जे अत्यंत लहान वयात आध्यात्मिक योद्धा (जिज्ञासू) बनले, त्यांनी पिढ्यान्‌पिढ्या सर्वोच्च ज्ञानापासून दूर असलेल्या सर्वसाधारण जनमानसात ज्ञान आणि भक्तीची आंदोलने छेडून लोकांची चेतना वाढवली. समाजात अध्यात्माची पुनर्स्थापना केली. मनुष्यातील भेदभाव, अनिष्ट परंपरा यांचे खंडन करून *'सर्वत्र सुखिनः सन्तु'* या भावनेने प्रेरित होऊन लोककल्याणावर भर दिला.

संत ज्ञानेश्वरांच्या जीवनात संकटे आणि आपत्तींमुळे अनेक लाख मोलाचे प्रश्न निर्माण झाले. या अशा प्रश्नांमुळे केवळ त्यांना स्वत:लाच आत्मसाक्षात्कार म्हणजेच 'स्व'बोध प्राप्त झाला असे नाही, तर इतर लाखो लोकांसाठीही ते प्रेरणास्थान ठरले. त्यांनी लिहिलेले ग्रंथ आजही लाखो लोकांना ज्ञानाच्या आणि भक्तीच्या मार्गावर चालण्यासाठी प्रेरित करत आहेत.

प्रस्तुत पुस्तकाद्वारे आपण संत ज्ञानेश्वर आणि त्यांचा संघ अवतार यांबाबत समजून घेण्याचा प्रयत्न करणार आहोत. या प्रवासात आपल्यासमोर त्यांच्या जीवनाविषयी काही 'लाख मोलाचे' प्रश्न उपस्थित होतील. त्या प्रश्नांवर मनन-चिंतन करून आपणही आपल्या जीवनाला योग्य दिशा देऊ शकाल. शिवाय, आपल्या आध्यात्मिक विकासासह आपण आत्मसाक्षात्कारपर्यंतही मजल मारू शकाल.

चला तर मग, त्या लाख मोलाच्या, महत्त्वपूर्ण प्रश्नांची उत्तरे शोधण्याच्या कार्याला आरंभ करू या, संत ज्ञानेश्वरांसोबत...

- सरश्री

खंड १

संत ज्ञानेश्वर जीवन चरित्र

अध्याय १

सत्याचा आणि साहसाचा खेळ
ज्ञानेश्वरांचा संघ अवतार

आपण सर्वात मोठे साहस करू शकता का? हा आपल्यासाठी एक प्रश्न आहे.

कित्येकदा टीव्हीवर डिस्कव्हरी चॅनेलवर आणि इंटरनेटवर काही लोकांना विलक्षण साहस करताना आपण पाहिले असेल. ज्या गोष्टी करणे त्यांच्या आवाक्याबाहेरचे काम होते, जे कार्य सामान्य मनुष्य करू शकत नाही. जसे, दोन पर्वतांमध्ये दोरी बांधून त्यावरून चालणे, निखाऱ्यावरून चालणे, साप-विंचू गिळणे... इत्यादी. आता आपल्याला विचारले,'तुम्ही जिवंत बेडूक खाऊ शकता का? सिंहाच्या जबड्यात हात घालण्याचे साहस आपण करू शकता का?' तर यावर आपले उत्तर काय असेल? असे करणे अगदीच अशक्य वाटेल.

मात्र,'तुम्ही नारळाच्या झाडावर चढू शकता का?' असे विचारले, तर काही लोक कदाचित तयारही होतील. आता प्रामाणिकपणे विचार करून सांगा, **तुम्ही नेहमी आनंदी राहण्याचे साहस करू शकता का?** याचे उत्तर नीट विचार करूनच द्या. कारण हे साहस काही सामान्य नाही. प्रत्येक क्षणी, प्रत्येक प्रसंगी खूश राहणे हे सर्वाधिक मोठे साहस आहे आणि ते कुणी बरे केले असेल? तर याचे उत्तर आहे,'संत ज्ञानेश्वरांनी!' त्यांनी जिवंत समाधी घेतली, ज्याला 'संजीवन समाधी' असेही संबोधले जाते.

ते संपूर्ण जागृतीसह ध्यानस्थ बसले आणि त्यानंतर त्यांचे शरीर पुन्हा उठलेच नाही. ते ध्यानच त्यांचे 'अखंड ध्यान','समाधी' बनले. मात्र काही लोक त्यांच्या या समाधिअवस्थेचे बुद्धीने विश्लेषण करून असेही म्हणू शकतात,'हा

तर सरळसरळ आत्महत्येचाच प्रकार होय.' परंतु असे नव्हते. संत ज्ञानेश्वरांच्या समाधीत सत्यही होते आणि साहसदेखील. याचाच अर्थ, जगातील दु:ख, यातनांपासून पलायन करणे म्हणजे समाधी नव्हे, तर ही अवस्था म्हणजे मन आणि बुद्धी पलीकडची बाब आहे. याला बुद्धीने कोणी जाणून घेऊ शकत नाही. म्हणून सत्य आणि साहस यांनी भरलेले एक उदाहरण आपण पाहणार आहोत.

एकदा चार मित्र जंगलातून जात असतात. त्याचे वय क्रमश: २१, २२, २३ आणि २४ वर्षं असे होते. ते एका खजिन्याच्या शोधात असतात. शोधताशोधता ते वाट चुकतात. खूप चालल्याने ते अतिशय थकतात. मग काही फळे खाऊन, पाणी पिऊन एका झाडाखाली ते विश्रांतीसाठी थांबतात. शरीराचा थकवा आणि ताण कमी होऊन ते उत्साहित व्हावे म्हणून ते 'सत्य आणि साहस' (ट्रुथ आणि डेअर) नावाचा खेळ खेळू लागतात. यात खेळाडूला स्वत:विषयीचे एखादे तरी सत्य सांगावे लागते अथवा असे एखादे कार्य करावे लागते, ज्यात साहस आणि क्षमता अशा दोन्ही गोष्टी असाव्या लागतात. अशा प्रकारे ते चारही मित्र हा खेळ खेळत होते आणि त्यात कोणाची हार होत होती तर कोणी जिंकत होता.

त्याच वेळी तिथून एक नाथपंथीय साधू जात होते. त्यांनी त्या मुलांना विचारले, ''तुम्ही इथे काय करत आहात?'' त्यावर मुलांनी सांगितले, ''कित्येक दिवसांपासून आम्ही एका खजिन्याच्या शोधात आहोत; पण आम्हांला तो सापडतच नाही. शिवाय, आम्ही वाट चुकल्यानं भरकटलो आहोत. म्हणून वेळ घालवण्यासाठी आणि मनावरील ताण कमी करण्यासाठी आम्ही हा खेळ खेळतोय. आपण तर महान साधू आहात आणि या जंगलाशी पूर्ण परिचितदेखील आहात, त्यामुळे आपणच आम्हांला मार्गदर्शन करावं, की आम्ही आता काय करावं, कुठं जावं?''

त्यावर साधूमहाराज म्हणाले, ''मी तुम्हांला एक साहसाचं काम देतो. फक्त ते करा, त्यानंतर आपोआप तुम्हांला पुढचा मार्ग दिसेल.'' त्यावर ती मुले उत्सुकतेने म्हणाली, ''लवकर सांगा महाराज, आम्हांला काय करायचं आहे? तसंही आम्ही खूप साहसी आहोत आणि संकटांचा

सामना करायलाही आम्हांला खूप आवडतं... आपण जे सांगाल ते आम्ही निश्चितच करू...'' हे ऐकून साधूमहाराज हसत म्हणाले, ''मग तुमच्यासाठी हे काम फारच सोपं आहे. काम असं आहे, की आता यानंतर एक तास तुम्ही काहीही करायचं नाही.'' तर, तुम्ही 'काही नाही' करण्याचे साहस सर्व जण करू शकता का? असा तो लाख मोलाचा प्रश्न होता.

हे ऐकताच ते चौघेही आश्चर्यचकित होतात. त्यांना वाटले, 'हे असलं कसलं धाडस? हे काय साहसाचं काम आहे? काहीच नाही करायचं म्हणजे काय? कारण साहसपूर्ण कामात तर काही विशेष, अफाट करून दाखवायचं असतं. असे काम, जे अतिशय कठीण असतं. जसे, खूप उंचावरून उडी मारणं... बर्फाच्छादित पर्वतावर चढणं... दोरीवरून चालणं... डोळ्यांवर पट्टी बांधून गाडी चालवणं... समुद्रात कित्येक तास पोहणं... अशा अशक्य वाटणाऱ्या गोष्टींमध्ये जागतिक कामगिरी करणं, ही साहसपूर्ण कामं असतात. याचाच अर्थ, काही अनोखं, अशक्य असं कार्य करून दाखवायचं; परंतु हे साधूमहाराज तर 'काही नाही' करायचं साहस करायला सांगत आहेत, तेव्हा आता काय करावं?

तीन मित्र म्हणाले, ''आम्ही अवश्य प्रयत्न करू.'' परंतु त्यातील एक मित्र अगदी ठामपणे म्हणाला, ''मी हे करूनच दाखवेन.'' अशा प्रकारे चारही मित्र 'काही नाही' करण्यासाठी बसतात. पण काही वेळाने त्यातील दोन मित्र उठून उभे राहतात आणि 'आता हे आमच्याकडून होणार नाही?' असे म्हणतात. तिसरा मित्र मात्र तब्बल तासभर बसून राहतो. त्यानंतर तो उठतो आणि साधूमहाराजांना म्हणतो, ''बघा, मी आपण सांगितलेलं कार्य पूर्ण केलंय.'' मी काहीही न करता एक तास बसलो होतो. त्यावर साधूमहाराज हसत म्हणाले, ''अरे, तू काहीही न करता कुठे बसला होतास? तू तर सगळा वेळ कल्पनेच्या भराऱ्याच मारत होतास. जितके विचार तू दिवसभरात करत नाहीस, तितके एका तासातच करून मोकळा झालास. हे काही 'काही नाही' होऊ शकत नाही.''

आता त्या मुलांमधील तिघांना तर पराजित घोषित केले

गेले; परंतु त्यात जो एकवीस वर्षांचा चौथा मुलगा होता, तो मात्र तसाच बसून राहिला होता... काहीही न करता... अगदी तसाच... विचारांमध्ये न गुंतता... आणि आता सांगायलाच नको, की शेवटी तोच विजयी झाला.

यशस्वी कोण आणि अपयशी कोण, या गोष्टीचा अंदाज बाहेरून लावणे खूपच कठीण असते. माणसाच्या अंतरंगात कोणती खळबळ माजली आहे, हे केवळ बाहेरून पाहून कसे समजणार? मात्र, एकवीस वर्षांचा तो मुलगा यशस्वी झाला ही गोष्ट त्याच्या पुढील कृतींनी सिद्ध केली.

त्या मुलाने हळुवारपणे आपले डोळे उघडले आणि तो मार्गस्थ झाला. त्या वेळी त्याने हे काम माझ्याकडून होईल किंवा नाही, याचा जराही विचार केला नाही. हे बघून इतर मित्रही त्याच्यामागे धावले. ''मित्रा, अरे, तू कुठं चालला आहेस? जरा ऐक तर खरं...'' ते ओरडत राहिले; पण त्याने मागे वळूनही पाहिले नाही. तो चालत राहिला... चालत राहिला... आणि शेवटी त्या खजिन्यापर्यंत पोहोचलादेखील.

त्याच्या तीन मित्रांनीही त्याचे अनुकरण केले होते, त्यामुळे त्याच्या पाठोपाठ तेही खजिन्यापर्यंत पोहोचले आणि अचानक त्यांचे डोळे विस्फारले गेले, आश्चर्याने त्यांच्या भुवया उंचावल्या गेल्या. त्यांना वाटले,'हे कोणतं असं अनोखं, सुंदर असं स्थान आहे!' आणि तत्काळ त्यांच्या ध्यानात आले, आपण आजवर ज्याच्या शोध घेत होतो, तेच हे... ठिकाण! मग त्यांच्या आनंदाला पारावार उरला नाही. या २१ वर्षीय मुलाने अथकपणे, न थांबता, सातत्यपूर्वक परिश्रमाने या बहुमूल्य खजिन्याचा शोध घेतला आणि अखेर त्याचे उद्दिष्ट, त्याचे लक्ष्य त्याला गवसले.

तो मुलगा तिथे असलेल्या शिडीवरून चढून वर गेल्यानंतर तिथे त्याला एक पेटी आढळली, जी खजिन्याची पेटी होती. सर्वच जण ती शिडी चढून वर जाऊ इच्छित होते; पण इतर तिघे मात्र वर चढू शकत नव्हते. आता ते आपापसांत चर्चा करू लागले,''बाप रे! खजिन्यापर्यंत पोहोचणं खूपच कठीण आहे... शिवाय हे सामान उचलून घेऊन

जाणं तर फारच अवघड वाटतंय.'' हे ऐकताच तो एकवीस वर्षीय मुलगा लगेच म्हणाला, ''कठीण वाटतंय; पण हे अशक्य मात्र मुळीच नाही. जर मी हे कार्य सहजपणे करू शकत असेन, तर मग तुम्हा सर्वांनाही हे अवश्य जमू शकेल. थोडंसं साहस दाखवलं तर निश्चितच हे कार्य सफल होईल. पण त्यासाठी आधी तुम्ही थोडासा अभ्यास करायला हवा. 'काही नाही' करण्याचा सराव करायला हवा. तेव्हा शिडीजवळच बसून विश्वासासह लगेच हा अभ्यास करायला सुरुवात करा आणि मग बघा, तुम्हीदेखील माझ्यासारखं खजिन्यापर्यंत येऊन यश कसं संपादन करता...''

मनुष्य जोवर प्रत्यक्षात साकार झालेले परिणाम बघत नाही, तोवर कोणत्याही गोष्टीवर तो विश्वास ठेवू शकत नाही. त्या तिघा मित्रांना आपल्या एकवीस वर्षीय मित्राच्या साहसाचे परिणाम दृष्टीस पडताच, या साहसावर त्यांचा दृढ विश्वास बसला. मग त्यांनी विचार केला, नक्कीच यात काही तथ्य आहे. कारण, कुठल्याही नकाशाशिवाय आपण या खजिन्यापर्यंत पोहोचलो, ही अशक्यप्राय गोष्ट शक्य झाली आहे... आता आपल्याला केवळ शिडी चढण्याची क्षमता सिद्ध करून तो खजिना प्राप्त करायचा आहे बस्स... आपल्यातील एक जण हे कार्य करू शकत असेल, तर आपणही निश्चितच हे करू शकतो... असा विचार करून ते तिघे मित्र 'काही नाही' करण्याचा अभ्यास करायला बसले.

या कार्यात त्यांना कधी यश मिळत होते, तर कधी अपयशही पत्करावे लागत होते. पण ते सातत्याने सराव करत होते. थोडे यश प्राप्त होताच ते पुढच्या पायरीवर पोहोचत होते. अशा प्रकारे तिन्ही मित्र खजिन्याच्या पेटीपर्यंत पोहोचले. पण पेटी उघडून पाहिले तर काय, ती रिकामीच असल्याचे त्यांना दिसले. आता त्यांनी डोक्यालाच हात लावला, 'अरे देवा, या 'काही नाही' करिता इतका अट्टाहास? इतका वेळ व्यर्थ दवडला, कायकाय नाही केलं, पण हाती काय आलं? तर रिकामी पेटी! खरे तर ते या 'काही नाही'ला ओळखूच शकले नव्हते. कारण हे 'काही नाही', 'काही नाही' नसून तेच 'सर्व काही' आहे, हे त्या वेळी त्यांना उमगले नव्हते. पण

लगेच त्या २१ वर्षीय मुलाने सांगितले,''यात जे काही आहे, ते आताच तुम्हांला समजणार नाही, म्हणून तुम्ही तुमचा अभ्यास सुरूच ठेवा.'' पुन्हा त्या तिघांच्या मनात प्रश्न निर्माण झाला,'एवढा अभ्यास केल्यानंतरही आजवर आपल्याला काय मिळालं, रिकामी पेटीच ना! मग पुढे आणखी अभ्यास करून काय मिळणार...' पण त्या एकवीस वर्षांच्या मुलावर विश्वास होता, त्यामुळे त्यांनी तो अभ्यास सुरूच ठेवला. मात्र जसजसा त्यांचा अभ्यास वाढत गेला, तसतशी अनेक आश्चर्यं त्यांच्यासमोर प्रकटली. ती पेटीही चमकू लागली होती. अखेर त्यांच्यासमोर हे रहस्य उलगडले, की ही पेटी म्हणजेच एक अद्‌भुत खजिना आहे, ज्याचा ते शोध घेत होते.

समजा, एक रिकामी पर्स आहे; पण ती सोन्याची असेल आणि तिला हिरे-मोती-माणिक जडवलेले असतील, तर आपण त्याला काय म्हणाल? पर्स रिकामी असल्याने ती निरुपयोगी, बेकार आहे? नाही. कारण ती पर्स स्वतःच एक मौल्यवान, दुर्मीळ असा ऐवज आहे.

पूर्ण अभ्यासांती जेव्हा त्यांनी ती पेटी पुन्हा उघडली, तेव्हा त्यांना जाणवले, ती पेटी रिकामी असूनही रिकामी नव्हती, तर त्यात 'मुक्ती' दडलेली होती. जिला पाहता, सांगता किंवा ऐकता येत नसल्याने; जी शब्दातीत असल्याने पूर्ण अभ्यासांती एका विशिष्ट पातळीवर पोहोचल्यानंतरच तिची अनुभूती घेता येत होती, की जिचा आपण सर्वत्र शोध घेत होतो, ती 'काही नाही' असूनही सर्व काही आहे. त्यामुळेच या 'मुक्ती' अवस्थेला शून्यावस्थाही म्हटले गेले आहे.

सत्य आणि साहस यांचा खजिना

आता आपल्या लक्षात आले असेल, ते चार मित्र ज्या गोष्टीचा शोध घेत होते, ती होती सत्य... अंतिम सत्य... अल्टिमेट ट्रूथ! एक असा खेळ, ज्यात त्यांनी 'काही नाही' करण्याचे अचाट साहस केले आणि हाती लागला सत्याचा खजिना! खेळाच्या अंती, सत्य आणि साहस दोन्ही एकरूप होतात. जे लोक असे साहस करू शकले, त्यांचे नाव आज जगात अजरामर झाले आहे. लोक आदराने आणि श्रद्धेने त्यांच्यासमोर नतमस्तक होतात. त्यांच्या संदर्भात असलेल्या गोष्टी वाचून-ऐकून, त्यांचे वास्तव्य असणाऱ्या स्थानांना भेट देऊन प्रेरणा घेतात, सत्याचा खजिना मिळवण्यासाठी साहस प्राप्त करतात.

या उदाहरणात तो २१ वर्षीय मुलगा कोण होता, याचा अंदाज तुम्ही करू शकता? तर, ते होते संत ज्ञानेश्वर, ज्यांनी वयाच्या २१व्या वर्षी सत्याचा खजिना प्राप्त केला, त्याचबरोबर तो प्राप्त करण्याचा मार्ग जगाला दाखवून महासमाधी घेतली आणि या पृथ्वीतलावरून स्वेच्छेने प्रयाण केले.

या उदाहरणात संत ज्ञानेश्वर आणि त्यांचे दोन भाऊ व एक बहीण यांची रूपकं घेतली आहेत. तसे पाहिले तर लौकिकार्थाने संत ज्ञानेश्वरांचे आयुष्य केवळ २१ वर्षांचे होते. पण त्या कालावधीत त्यांनी त्यांची सगळी कर्तव्ये, अव्यक्तिगत 'पृथ्वीलक्ष्य' पूर्ण केले. (पृथ्वीलक्ष्य म्हणजे पृथ्वीवर असतानाच त्यांनी त्याचे मन अकंप (स्थिर), प्रेमळ, निर्मळ बनवून प्रेम, आनंद आणि मौन यांची अभिव्यक्ती केली.) त्यानंतर महासमाधी घेतली तेव्हा त्यांच्यात सत्याविषयी दृढता कशी असेल... किती उच्चकोटीचे ज्ञान असेल... त्यांचे आत्मबल, मनोबल किती पराकोटीचे असेल? किती तप, महत्प्रयास आणि दिव्ये केल्यानंतर त्यांना ही उच्च अवस्था प्राप्त झाली असावी? निश्चितच ही मनन करण्याजोगी बाब आहे.

त्या चारही भावंडांचा सत्याचा खजिना शोधण्याचा प्रवास, म्हणजे वारकरी यात्रा वयाच्या केवळ सात-आठ वर्षांपासून सुरू झाली होती. आजच्या युगात या वयातील मुले असे ज्ञान प्राप्त करू शकतील, याचा विचार तरी करता येईल का? पण त्यांनी ते महाकठीण कार्यही पार पाडले. संत ज्ञानेश्वरांना सत्याचा मार्ग दाखवणारे त्यांचे गुरू कोण होते, हे तुम्हांला ठाऊक आहे का? ते होते त्यांचे मोठे बंधू निवृत्तिनाथ. त्यांनी जेव्हा ज्ञानेश्वरांना ज्ञान प्रदान केले, तेव्हा ते वयाने त्यांच्यापेक्षा केवळ दोन वर्षांनी मोठे होते.

एक दहा वर्षांचा गुरू आपल्या आठ वर्षीय शिष्याला ब्रह्मज्ञान देत आहे आणि शिष्यही केवळ ते ऐकतच नाही, तर प्रत्यक्षा आचरणात आणत आहे, ही कल्पना आपल्याला कशी वाटते? पण होय, हे महान आश्चर्य म्हणजे पृथ्वीवरचे वास्तव आहे. ज्ञानेश्वर सगळ्या समस्यांचा सामना करत, ज्ञानमार्गावरही वाटचाल करत होते. यापूर्वी या कथेमध्ये उल्लेख केलेले – त्या मित्रांना जंगलात भेटलेले नाथपंथी साधू म्हणजे निवृत्तिनाथांचेच प्रतीक होते. ज्यांनी आपल्या भावंडांना सत्यप्राप्तीसाठी हिमतीने वागण्यास सांगितले आणि तेही साहसपूर्वकच वागले.

प्रस्तुत उदाहरणात साधूच्या मार्गदर्शनानुसार संत ज्ञानेश्वरांनी ध्यानात 'काही नाही' करण्याचे साहस करून अनुभव प्राप्त केला आणि अंतिम सत्याच्या

खजिन्याकडे मार्गक्रमण केले. त्यांच्या मागोमाग चालणारे तीन वारकरी मित्र म्हणजे त्यांच्या भक्तांचे प्रतीक आहे. जे प्रेरित होऊन त्यांनी दाखवलेल्या मार्गावर चालू लागले. खजिन्यापर्यंत नेणाऱ्या पायऱ्या म्हणजे सोपान हे प्रतीक आहे, सोपानदेवांचे. ते ज्ञानेश्वरांचे लहान बंधू होते; आणि आता रिकाम्या, मोकळ्या पेटीत काय होते? तर मुक्ताई म्हणजेच मुक्ती! मुक्ताई ही ज्ञानेश्वरांची लहान बहीण होती. अशा प्रकारे या उदाहरणातून ही चार भावंडे आणि वारकरी आपल्यासमोर येतात. संपूर्ण समाजाला भक्तिरसात न्हाऊ घालणारी तीर्थयात्रा, जिला 'वारकरी यात्रा' असे संबोधले जाते, तिला संत ज्ञानेश्वरांनी तात्त्विक अधिष्ठान दिले. ही यात्रा म्हणजे वारी, महाराष्ट्राच्या संस्कृतीचे अभिन्न अंग असून, शेकडो वर्षांपासून अविरतपणे चालू आहे.

संत ज्ञानेश्वरांचा संघ अवतार

संत ज्ञानेश्वरांचा अवतार म्हणजे 'संघ अवतार अथवा समूह अवतार' होय. कारण या चारही भावंडांनी- निवृत्तिनाथ, ज्ञानदेव, सोपानदेव आणि मुक्ताबाई यांनी मिळून- लोकांचा आध्यात्मिक विकास केला. लोकांची समज आणि चेतना वृद्धिंगत करण्यासाठी एकाच वेळी एखाद्या संघाने अथवा समूहाने अवतार धारण केला, असे जगात क्वचितच घडले आहे. तसे पाहिले तर सर्वच जीव हे ईश्वराचे अवतार आहेत; परंतु काही अपवादात्मक अवतार हे आध्यात्मिक योद्धा बनूनच पृथ्वीवर अवतरित होतात. शिवाय, हा असा विशेष संघ होता, ज्यांच्या नावातच सत्याचे महत्त्वपूर्ण संकेत दडलेले आहेत, जे आता आपण जाणून घेणार आहोत.

निवृत्तिनाथ : 'निवृत्ती' या शब्दाचा अर्थ होतो, चुकीच्या सवयी, कुसंस्कार, कुप्रवृत्ती यांपासून मुक्त असलेले! मनुष्यात शारीरिक, मानसिक, स्वाभाविक आणि पूर्वजांकडून आलेल्या काही वृत्ती असू शकतात. परंतु जेव्हा आपण त्या वृत्तींच्या आहारी न जाता योग्य तेच कर्म करतो, तेव्हाच आपण वृत्तींतून निवृत्त झालो आहोत, असे म्हणता येईल.

उदाहरणार्थ, एक मनुष्य होता. त्याने निश्चय केला, की रोज सकाळी लवकर उठून अर्धा तास तरी नियमितपणे ध्यान करायचेच. परंतु आळसामुळे लवकर जाग येऊनही तो बिछान्यातून बाहेर पडू शकत नव्हता. पडल्यापडल्याच तो स्वतःला समजावत असे,'आज जाऊ दे, उद्यापासून मात्र नक्की ध्यान करू,'

रोज असे म्हणून तो पुन्हा लोळत राहायचा. याचाच अर्थ, दररोज ध्यान करून त्याला सत्याच्या मार्गावरून वाटचाल करायची इच्छा तर होती; पण त्याच्या या इच्छेपेक्षा त्याच्या वृत्तीच अधिक वरचढ ठरत होत्या. सत्यप्राप्तीतील विकास तर त्याला हवाच होता; पण वृत्ती त्याचे पाय मागे ओढत होत्या. आपल्यालाही हा सत्याचा खजिना मिळवायचा असेल, तर आधी वृत्ती-प्रवृत्तींना ओळखून त्यांपासून निवृत्त, दूर व्हावे लागेल.

ज्ञानेश्वर : ज्ञानाचा अर्थ आजकाल अतिशय सामान्यपणे घेतला जातो. कुठल्याही प्रकारच्या माहितीला अथवा सामान्यज्ञानाला आज ज्ञान म्हटले जाते. जाडजूड पुस्तके, धर्मशास्त्र वाचणारे पढीक स्वत:ला ज्ञानी समजू लागले आहेत; परंतु ज्ञान म्हणजे केवळ वाचून वारंवार वाचाळकी करण्याची गोष्ट नव्हे; तर 'वास्तवात मी कोण आहे, पृथ्वीवर का अवतरलोय, माझ्या जीवनाचे ध्येय काय, आणि ते मी कसे प्राप्त करू शकेन?' या गोष्टींचा बोध जे करून देईल, ते खरे ज्ञान! शिवाय, ते आचरणात आणले गेले तरच त्याला खरे ज्ञान म्हणता येईल. अन्यथा ते केवळ शब्दच्छल अथवा मनोरंजन ठरेल. सत्यसंघात ज्ञानेश्वर म्हणजे मूर्तिमंत ज्ञानाचे प्रतीक होते.

सोपानदेव : 'सोपान' शब्दाचा अर्थ होतो, पायऱ्यांनी बनलेली शिडी. या समूहात सोपानदेव ती शिडी आहेत, जी आपल्याला सत्याच्या खजिन्यापर्यंत घेऊन जाते. जरा विचार करून बघा, कोणती शिडी आपल्याला सत्याच्या खजिन्यापर्यंत घेऊन जाते? होय, ती आहे भक्तीची शिडी! भक्ती ही अशी शक्ती आहे, जी खऱ्या भक्ताला कठिणातल्या कठीण परिस्थितीतही कुठल्याही समस्येला हसतहसत सामोरे जाण्याचे बळ देते, साहस प्रदान करते. अशक्य कोटीतील कामेदेखील भक्तीद्वारे सहजशक्य होतात. सर्वात महत्त्वाची बाब म्हणजे मनुष्यातील कुप्रवृत्तींचा निचरा करून भक्तीच त्याच्याकडून सर्वोच्च निवड करवून घेते. जे लोक भक्तीशिवाय केवळ संकल्पशक्तीने वा इच्छाशक्तीने वृत्तींवर नियंत्रण ठेवू पाहतात, त्यांचे यश हे कायमस्वरूपी टिकणारे नसते. खऱ्या अर्थाने निवृत्त होणे, हे भक्तीद्वारेच शक्य होऊ शकते. शुद्ध, निष्काम-भक्तीचे सोपान चढत असताना मनुष्य निश्चितच एक दिवस सत्याचा खजिना प्राप्त करतो.

मुक्ताबाई : खऱ्या अर्थाने सर्व प्रकारच्या प्रवृत्तींवर मात करून, निवृत्त होऊन, प्राप्त झालेल्या भक्तीचे सोपान चढून जेव्हा सत्याचा खजिना हस्तगत केला जातो, तेव्हा त्यास प्राप्त होते- मुक्ता म्हणजेच मुक्तावस्था! यालाच मुक्ती, मोक्ष, स्वानुभव असे संबोधले आहे. निवृत्ती, भक्ती आणि खरे ज्ञान यांपैकी एक जरी गोष्ट कमी असेल, तरी मुक्ती मिळणे केवळ अशक्य! या चारही गोष्टींचा एक मजबूत संघ आहे, जो परस्परांशिवाय अपूर्ण आहे.

पुढील अध्यायात आपण संत ज्ञानेश्वरांच्या जीवनातील काही प्रचलित उदाहरणे आणि त्यावरील प्रश्नांविषयी जाणून घेणार आहोत.

मनन प्रश्न

१. आपण नेहमी खूश राहण्याचे साहस करू शकता का?

२. दिवसभरात काही वेळ तरी आपण 'काही नाही' करण्याचे साहस करू शकता का?

अध्याय २

पात्रता आणि कपट
गुरूंशी कपट-महाकपट

लौकिकार्थाने संत ज्ञानेश्वरांचे आयुष्य अगदीच अल्प होते, केवळ एकवीस वर्षे. संत ज्ञानेश्वरांच्या जीवनावर अनेक पुस्तके आजवर प्रकाशित झाली आहेत. त्यातील काही लेखकांनी त्यांच्या जन्मतारखेबाबत वेगवेगळी माहिती दिली आहे. काहींच्या मते त्यांचा जन्म सन १२७५ मध्ये झाला होता, तर काहीचे म्हणणे आहे की, सन १२७१ मध्ये ते जन्माला आले.

एकवीस वर्षांच्या या अल्प काळात त्यांच्या आयुष्यात निर्माण झालेले असंख्य प्रश्न हजारो-लाखो लोकांसाठी आजही मार्गदर्शक, प्रेरक ठरत आहेत. त्यांची जन्मकथा थोडक्यात जाणून घेऊन त्यातून निर्माण झालेल्या काही प्रश्नांची उत्तरे आता आपणही शोधणार आहोत.

विठ्ठलपंतांचा कपटपूर्वक संन्यास

महाराष्ट्रातील आपेगाव नावाच्या गावात संत ज्ञानेश्वरांचे ब्राह्मण कुळातील पूर्वज पिढीजात कुलकर्णी (तलाठी) होते. त्यांचे वडील विठ्ठलपंत बालपणापासूनच सात्त्विक वृत्तीचे होते. जसजसे, त्यांचे वय वाढू लागले, तसतशी त्यांची अध्यात्मातील रुचीही वाढू लागली. मग त्यांनी अनेक तीर्थस्थानांना भेट दिली, जेणेकरून अनेक साधुसंत, संन्याशांचा सहवास त्यांना लाभावा. तीर्थयात्रा पूर्ण करून अखेर ते पुण्याजवळील आळंदी या गावात आले.

त्या वेळी सिद्धोपंत नावाचे एक सदाचारी आणि ज्ञानी ब्राह्मण तिथे कुलकर्णी

म्हणून कार्यरत होते. ते या अतिथीचे ज्ञान, त्याची सुशीलता आणि त्याचा भक्तिभाव पाहून अतिशय प्रभावित झाले. त्यांनी आपली कन्या रुक्मिणीचा विवाह विठ्ठलपंतांशी करून दिला. विवाहानंतर बराच काळ त्यांना संततीप्राप्ती झाली नाही.

काही वर्षांनंतर विठ्ठलपंतांच्या आईवडिलांचा मृत्यू झाला आणि कुटुंबाची सगळी जबाबदारी त्यांच्यावर आली. विठ्ठलपंत शरीराने संसारात असले, तरी त्यांचे मन मात्र सदोदित ईश्वराकडेच लागलेले असायचे, त्यांचा अधिकांश वेळ ईश्वरस्तुतीचे गुणगान करण्यातच व्यतीत व्हायचा.

सिद्धोपंतांना हे कळून चुकले, की त्यांच्या जावयाचे लक्ष संसारापेक्षा अध्यात्मातच जास्त लागलेले आहे. त्यामुळे विठ्ठलपंत आणि रुक्मिणी यांना ते आळंदीला घेऊन आले. विठ्ठलपंतांना आता संन्यास घ्यायची ओढ निर्माण झाली होती. मात्र, त्यासाठी त्यांना पत्नीची अनुमती आवश्यक होती. ते वारंवार रुक्मिणीकडे 'संन्यास घेण्याची परवानगी दे' अशी मागणी करत राहिले. रुक्मिणीने अनेकदा नकार देऊन पाहिला; पण ते काही केल्या ऐकतच नव्हते. शेवटी एके दिवशी कंटाळून ती म्हणाली,'जा, कुठं जायचं असेल तिथे...'

विठ्ठलपंतांना एवढेच तर पाहिजे होते. संन्यास घेण्यासाठी ते खूप उत्सुक होते. पत्नीच्या रागातील शब्दांनाही तिची परवानगीच गृहीत धरून त्वरित त्यांनी काशीकडे प्रयाण केले. काशीत गेल्यावर ते महागुरूंना भेटले, ज्यांना रामानंद स्वामी, प्रभुपाद स्वामी वा उत्तरगुरू या नावांनी ओळखले जात असे. विठ्ठलपंतांनी त्यांच्याकडेही संन्यास दीक्षा देण्यासाठी आग्रह धरला. इतकेच काय, ते एकटे आहेत, त्यांच्यावर इतर कुठलीही कौटुंबिक जबाबदारी नाही, असेही सफाईदारपणे ते खोटं बोलले. कारण त्या काळी संसारी माणसाने संन्यासी बनण्याची प्रथा नव्हती. मग महागुरूंनीही विठ्ठलपंत हे एकटेच आहेत असे समजून त्यांना 'संन्यास दीक्षा' प्रदान केली.

पात्रता आणि कपट

'एखाद्या गोष्टीकरिता पात्रता निर्माण करण्यासाठी कपट करणे कितपत योग्य आहे?'

प्रस्तुत कथेत दडलेला हा एक महत्त्वपूर्ण प्रश्न आहे, जो आपल्याला सजग करतो, जागरूक करतो.

तत्कालीन समाजव्यवस्थेत संन्यास घेऊ इच्छिणारी व्यक्ती संसारी नसावी, ही प्रमुख अट होती. अशी व्यक्ती संसारी असेल, तर त्याने संन्यास घेण्यासाठी त्याच्या पत्नीची परवानगी आवश्यक असायची. मात्र विठ्ठलपंत तर या दोन्ही पात्रतांवर खरे उतरत नव्हते. त्यांच्या पत्नीने त्यांना मनापासून अनुमती दिलीच नव्हती. ते शब्द तर केवळ त्राग्यापोटी तिच्या तोंडून बाहेर पडले होते, त्याव्यतिरिक्त त्यात काहीही तथ्य नव्हते.

एक पती, हे चांगल्या प्रकारे जाणतो, की त्याची पत्नी जे बोलते आहे ते खरे आहे, की तिचे बोलणे केवळ वरवरचे आहे. ती जे बोलत आहे ते मनापासून आहे, की केवळ तिच्यामागचा ससेमिरा थांबावा म्हणून ती असे बोलत आहे. परंतु विठ्ठलपंतांनी तेच ऐकले जे ऐकण्याची त्यांची इच्छा होती. रुक्मिणीच्या तोंडून त्यांना 'कुठंही जा' हेच तर ऐकायचे होते.

इथे ही गोष्ट सांगण्यामागे, भक्त विठ्ठलपंतांची बदनामी करणे हा उद्देश नसून मानवी मन कसे असते, यावर आपण प्रकाशझोत टाकत आहोत. हे मन आपल्या इच्छापूर्तीसाठी पात्र-अपात्रतेचा विचार न करता मनमानी करायला, खोटं बोलायला, कपट करायलाही मागेपुढे पाहत नाही. मनुष्याचे कान तेच ऐकतात, जे ऐकण्याची त्याची इच्छा असते. डोळे तेच बघतात, जे ते पाहू इच्छितात.

कपट हे नेहमी कपटच असते

विठ्ठलपंतांना आध्यात्मिक तृष्णा होती, ते एक योग्य साधक होते. संन्यास घेण्याकरिता त्यांनी कपटाचा आश्रय घेतला असला, तरी त्यांच्या अंतर्यामी शुद्ध भावना होती, कारण ते भक्त होते. सत्य प्राप्त करणे हाच त्यांचा संन्यास घेण्यामागील एकमेव उद्देश होता. परंतु सत्य आणि कपट या दोन परस्परविरोधी गोष्टी आहेत. ज्याप्रमाणे मनुष्याला त्याच्या चांगल्या कर्मांची फळे मिळतात, त्याचप्रमाणे वाईट कर्मांचीही फळे प्राप्त होतात. तसेच विठ्ठलपंतांनाही भविष्यात त्यांच्या भक्तीचे फळ मिळाले. त्यांना चार आत्मसाक्षात्कारी मुलांचा पिता होण्याचे सद्‌भाग्य प्राप्त झाले. या अद्‌भुत मुलांमध्ये ज्ञान आणि भक्ती यांची बीजे पेरण्याची संधी त्यांना मिळाली. परंतु, त्याचबरोबर गुरूंशी केलेल्या प्रतारणेचे फळही त्यांना मिळाले, ज्याबाबत आपण पुढे वाचणार आहोत.

उच्च चेतनेशी कपट, महाकपट

मनुष्य स्वतःच्या स्वार्थासाठी कळत-नकळतपणे कपट करतच असतो. जसे, कामाच्या ठिकाणी जायला उशीर होताच, तो लगेच खोटे कारण पुढे करतो... इतरांच्या कामाचे श्रेय स्वतः घेऊ पाहतो... गृहपाठ केला नाही, तर शिक्षकांना खोटी सबब सांगतो... एखादा नातेवाईक भेटायला येणार असेल तर 'मी घरी नाही' असेही सांगतो. अशा प्रकारे मनुष्याने जर आपल्या दिवसभरातील घडामोडींबाबत पूर्ण कपटमुक्त होऊन चिंतन-मनन केले, तर त्याच्या लक्षात येईल, की असे कितीतरी कपट तो दिवसभरात स्वतःशी आणि इतरांशी करत असतो.

स्वतःच्या चुका लपवण्यासाठी स्वतःलाच खोट्या सबबी सांगून तो स्वतःशीही प्रतारणा करतो. जसे,'मी आज खूप थकलोय, त्यामुळे हे काम माझ्याच्याने होणार नाही...' 'मला खोटे बोलावे लागले, कारण अडचणच तशी होती...' 'मी रागावलो नाही तर हाताखालील कर्मचारिवर्ग कामचुकार होईल...' 'ही गोष्ट माझ्या भाग्यातच नाही... मी फारच दुर्दैवी आहे...' इत्यादी. पण तुम्हांला माहीत आहे का, की सर्वात मोठे कपट कोणते? तर असे कपट जे उच्च चेतनेच्या मनुष्यासोबत केले जाते; एखाद्या प्रामाणिक, निष्कपटी व्यक्तीसोबत केले जाते. परिणामी, त्याचे फळही तुलनेने तितकेच मोठे असते. गुरूंची चेतना तर सर्वोच्च असल्याने त्यांच्याशी केलेले कपट हे 'महाकपट' ठरते. विठ्ठलपंतांकडूनही नेमके हेच घडले. ते विवाहित असल्याची गोष्ट त्यांनी त्यांच्या गुरूंपासून लपवली. परिणामी, या महाकपटाचे प्रायश्चित्त म्हणून पुढे जाऊन त्यांना स्वतःच्या प्राणाची आहुती द्यावी लागली.

कर्ण आणि सुदामा यांचे महाकपट

ही गोष्ट अनेक पौराणिक कथांच्या माध्यमातून यापूर्वीही काही संतांनी समजावून सांगितली आहे. महाभारताच्या कथेतील एक पात्र कर्ण हादेखील अर्जुनाप्रमाणेच महान योद्धा होता; परंतु त्यानेही स्वतःची ओळख लपवून गुरू परशुरामांकडून शस्त्रविद्या शिकण्यासाठी कपट केले. मग त्यालाही त्या महाकपटाचे फळ म्हणून शाप मिळाला,'ज्या वेळी तुला या विद्येची नितांत आवश्यकता असेल, नेमक्या त्याच वेळी त्या विद्येचा उपयोग तू करू शकणार नाहीस.'

भगवान श्रीकृष्ण सर्वोच्च चेतनेचे स्वामी होते. त्यांच्या गुरुकुलातील सहाध्यायी मित्र सुदामा अत्यंत धार्मिक आणि समाधानी वृत्तीचा होता. परंतु

एकदा सुदाम्याने भूक सहन न झाल्याने श्रीकृष्णाशी कपट केले. त्याने आपल्या या बालमित्राच्या हिश्श्याचे सगळे हरभरे त्याच्याशी खोटं बोलून खाऊन टाकले. परिणामी, त्याला किती दैन्यावस्थेत दिवस व्यतीत करावे लागले, हे आपण सगळे जाणतोच. त्याचे दारिद्र्य तेव्हाच दूर झाले, जेव्हा त्याने त्याची सर्व संपत्ती म्हणजे मूठभर तांदूळ श्रीकृष्णाला अर्पण केले.

किमान गुरूंशी तरी कपट करू नये

डॉक्टरांपासून व्याधी लपवून ठेवल्याने वा त्रास वाढवून सांगितल्याने जसे रुग्णाचेच नुकसान होते, अगदी त्याचप्रमाणे गुरूंशी कपट करून साधक स्वत:च्याच पायावरच कुऱ्हाड मारून घेतो. असे नुकसान होऊ नये म्हणून साधकाने कमीतकमी स्वत:शी आणि गुरूंशी तरी कपट करता कामा नये. कपट करून गैरमार्गाने ज्ञान मिळवले तर ते जीवनात उतरणार तरी कसे? साधक कपट करतोय, याचाच अर्थ त्याच्यात ज्ञानार्जन करण्याची पात्रताच अद्याप आली नाही, असा होतो. स्वत:मधील उणिवा झाकण्यासाठी गुरूंपासून काही लपवणे अथवा स्वत:ला श्रेष्ठ सिद्ध करण्यासाठी काही अनावश्यक गोष्टी वाढवून त्याने गुरूंना सांगण्याची आवश्यकताच नसते.

तुम्ही परिपूर्ण होऊन यावे अशी अपेक्षा गुरू कधीच करत नाहीत. कारण तुम्ही परिपूर्ण असता तर मग तुम्हांला गुरूंची आवश्यकताच का भासली असती? मानवी मनाच्या उणिवा, चलाखी गुरू योग्य प्रकारे जाणतात. आपल्या मनाच्या नाटकांना ते आपले नाटक समजत नाहीत, तर मनाचेच नाटक समजतात, जाणतात आणि या नाटकी मनाला ते साधनेचा मार्ग शिकवत असतात. म्हणून गुरूंसमोर आपल्या चुका लपवणे व्यर्थ आहे. वास्तवात तुम्हांला पूर्णपणे ओळखून 'तुम्ही जे आहात' तेच समजून ते तुमच्याकडे बघतात. म्हणून गुरूंशी कपटमुक्त राहणे खूप आवश्यक आहे.

आयुष्यात घडणाऱ्या घटनांचा सामना करून, पडल्यानंतर पुन्हा सावरून, चुका केल्यानंतर त्या सुधारूनच मनुष्य परिपूर्ण बनत असतो, त्यामुळे कपट करण्याची खरे तर काहीही आवश्यकता नसते. परिस्थिती जशी आहे तशी स्वीकारून, त्यातून बोध घेऊन शिष्याने अग्रेसर व्हावे, हीच गुरूंची इच्छा असते.

कपटमुक्ती ध्यान

थोडा वेळ हातातील पुस्तक बाजूला ठेवून आपले डोळे बंद करा आणि हालचाल न करता शांत आणि स्थिर अवस्थेत बसा. आता तुमच्याकडून जर कळत-नकळतपणे तुमचे गुरू अथवा उच्च चेतना असलेल्या कोणत्या महात्म्यासोबत कपट झाले असेल, तर ते आपल्या ध्यानक्षेत्रात आणा. काही माहिती जाणून घेण्याकरिता, शिबिरात प्रवेश मिळावा या हेतूने, तुमची श्रेष्ठता दाखवण्यासाठी किंवा काही चुका लपवण्यासाठी... आपण जे काही कपट केले असेल, त्यासाठी गुरूंना साक्षी ठेवून त्यांची मन:पूर्वक क्षमा मागा.

'माझ्याकडून अमुक एक जे कपट झाले आहे त्यासाठी मी क्षमा मागतो. शिवाय मी वचन देतो, की माझ्याकडून पुन्हा अशी कृती घडणार नाही. कारण मी कपट करण्याच्या नव्हे, तर प्रामाणिकपणाच्या बाजूने आहे.' या भावनेने पूर्णपणे समर्पित होऊन गुरूंची क्षमा मागा आणि त्यांना धन्यवाद द्या.

मनन प्रश्न

१. तुम्ही गुरू अथवा कोणा उच्च चेतनेशी कधी कपट केले आहे?

२. आपले कपट स्वीकारण्याचे आणि त्यासाठी क्षमा मागण्याचे साहस तुमच्यात आहे का?

अध्याय ३

माझ्या जीवनाचा अर्थ
संत-संतानाचे ज्ञान

आपण पृथ्वीतलावर जन्माला का आलो आहोत? या शरीराची जन्म घेण्यामागची भूमिका काय आहे? आपले शरीर तेच कार्य करत आहे का, जे करण्यासाठी ते या पृथ्वीतलावर जन्माला आले आहे? असे प्रश्न आपल्या मनात कधी निर्माण झाले का? आपल्या जीवनाला दिशा देणारे महत्त्वपूर्ण असे हे लाख मोलाचे प्रश्न आहेत. हे प्रश्न आपल्या जीवनाला एक नवा, अमूल्य अर्थ देऊ शकतात. जसा, संत ज्ञानेश्वरांची माता रुक्मिणीच्या जीवनाला मिळाला. चला, रुक्मिणीच्या जीवनाला अर्थ मिळण्याची ही कथा थोडक्यात जाणून घेऊ आणि त्यानंतर काही मौलिक प्रश्नांवर चिंतन-मनन करू या.

रुक्मिणीच्या जीवनाला अर्थ मिळाला

पती निघून गेल्याने रुक्मिणी मोठ्या दुःखात जगत होती. त्यामुळे तिने आपले आयुष्य ईश्वरभक्तीत रमवले होते. ती दररोज सूर्योदयाच्या वेळी इंद्रायणी नदीत स्नान करून पूजेसाठी मंदिरात जात असे आणि नित्यनेमाने ईश्वराला प्रार्थना करत असे,'हे ईश्वरा, माझ्या जीवनाचा अर्थ काय आहे, हे कृपया तू मला सांग.' कारण मूलबाळ नसल्याने आणि पतीने संन्यास घेतल्याने तिच्या आयुष्याला योग्य दिशा गवसत नव्हती.

एकदा महागुरू आपल्या काही शिष्यांसमवेत रामेश्वराची यात्रा करण्यासाठी जात असताना योगायोगाने ते आळंदीतील एका मंदिरात थांबले. कर्मधर्मसंयोगाने

रुक्मिणीही त्या वेळी त्याच मंदिरात होती. तिने महागुरूंना नमस्कार केला. मग त्यांनीही आशीर्वाद दिला,'संत संतान भव!' खरे तर या आशीर्वादातच रुक्मिणीच्या जीवनाचा अर्थ दडलेला होता. आशीर्वादाचे ते शब्द ऐकताच तिच्या डोळ्यांतून अश्रू वाहू लागले. ती म्हणाली,''महाराज, माझ्या पतीनं काशीक्षेत्री जाऊन संन्यास घेतला आहे. म्हणून आपला हा आशीर्वाद फलित होऊ शकणार नाही.''

रुक्मिणीचे बोलणे ऐकून महागुरू आश्चर्यचकित झाले. त्यांनी विचार केला,'हा आशीर्वाद फलित होणार नव्हता, तर माझ्या मुखातून निघालाच कसा?' कारण ते साक्षात्कारी महापुरुष होते. त्यांचे वचन म्हणजे विधात्याद्वारे (सेल्फ-स्रोत) आलेले वचन होते. त्यांनी मनोमन जाणले, की नक्कीच त्यांच्या आशीर्वादात एखादी दिव्य योजना दडली आहे, जी आशीर्वादाच्या रूपाने प्रकटली आहे. निश्चितच यामागे काही ईश्वरीय संकेत आहेत.

मग महागुरूंनी रुक्मिणीला तिच्या पतीविषयी सर्व सविस्तर माहिती विचारली. त्यानंतर त्यांचा शिष्य विठ्ठल हाच या स्त्रीचा पती आहे, हे त्यांनी मनोमन जाणले आणि आपली रामेश्वराची यात्रा अर्ध्यावरच सोडून त्वरित काशीकडे प्रयाण केले.

आता गुरूंनी विचारल्यानंतर विठ्ठलपंतांनीही आपले कपट, अपराध स्वीकारून क्षमायाचना करत गुरूंचे पाय पकडले. तेव्हा महागुरूंनी त्यांना,'पुन्हा घरी जाऊन, वैवाहिक जीवनाला प्रारंभ कर, कारण मी तुझ्या पत्नीला 'संत संतान भव!' हा आशीर्वाद दिला आहे. हे ईश्वरीय वचन तू पूर्ण करावंस!' अशी आज्ञा दिली. मग त्यांची आज्ञा आणि उपदेश घेऊन विठ्ठलपंत पुन्हा आळंदीला परतले.

रुक्मिणीचा लाख मोलाचा प्रश्न

तत्कालीन समाजात संसारी स्त्रीच्या जीवनाचा खरा अर्थ म्हणे मुलांचे संगोपन आणि पतीची सेवा हाच असायचा. हाच अर्थ समजावून सांगत मातापिता आपल्या कन्येचा विवाह करत असत; परंतु रुक्मिणीच्या जीवनाचा हा अर्थ तर कधीच हिरावला गेला होता. ती निपुत्रिक तर होतीच, शिवाय तिचा पतीही घरातून निघून गेला होता. तेव्हा आता तिच्या जगण्याला अर्थच काय उरला होता? हाच प्रश्न पुन:पुन्हा विचारत ती ईश्वरासमोर जात होती.

आश्चर्य म्हणजे ईश्वराने रुक्मिणीच्या या प्रश्नाचे उत्तर, उत्तर दिशेने आलेल्या महागुरूंद्वारेच दिले आणि त्यांच्या आशीर्वादात तिच्या जीवनाचा अर्थ दडला होता. कारण भविष्यात दिव्य योजनेनुसार त्यांना चार संत-संतानांच्या आगमनासाठी निमित्त बनायचे होते.

शिवाय, या मुलांना आत्मसाक्षात्कारी संत बनण्याच्या प्रवासात त्यांना साहाय्य करायचे होते. त्यांना इतके प्रेम द्यायचे होते, की कितीही दुःख, कष्ट पडले तरी त्याही परिस्थितीत आनंदी, समाधानी राहण्याचे साहस, धैर्य अंगी यावे; वेदना, यातनांमध्येही खूश राहण्याची कला अवगत व्हावी; कारण त्यांच्या जीवनाचा उद्देश ईश्वराची भक्ती आणि त्या भक्तीची अभिव्यक्तीच असावा.

आई, या शब्दाचा अर्थच आहे – अनंत, अपार, विनाअट प्रेम! रुक्मिणीने तिच्या मुलांवर जीवापाड प्रेम करावे, हाच तिच्या जीवनाचा खरा अर्थ होता.

रुक्मिणीला तिच्या लाख मोलाच्या प्रश्नाचे उत्तर मिळाल्याने तिनेही तेच केले, जे तिने करायला हवे होते. पुढे जाऊन रुक्मिणीच्या पोटी दोन-दोन वर्षांच्या अंतराने चार संत-अपत्ये जन्माला आली– संत निवृत्तिनाथ, संत ज्ञानेश्वर, संत सोपानदेव आणि संत मुक्ताबाई.

रुक्मिणी आणि विठ्ठलपंतांनी त्यांना गर्भसंस्कारांसह ते सर्व काही दिले, जे दिव्य योजनेनुसार त्यांना मिळायला हवे होते. त्यांच्या जीवनाने तर त्यांना सगळे काही बहाल केलेच होते; पण त्यांचा मृत्यूदेखील खूप काही देऊन, शिकवून गेला. त्या दोघांच्या मृत्यूने या मुलांच्या मनात असे काही मौलिक प्रश्न निर्माण केले, जे त्यांच्या पृथ्वीवरील जीवनाची भूमिका साकारण्यासाठी आधार बनावेत. असे हे प्रश्न आणि त्यावरील चिंतनाविषयी आपण पुढे वाचणार आहोत.

प्रत्येक प्रश्न आपल्या उत्तरासह जन्मतो

आपल्या हृदयात ज्या वेळी अर्थपूर्ण असे प्रश्न निर्माण होतात, तेव्हा त्याची उत्तरेही नियतीद्वारे आपल्याला मिळतात; परंतु आपण ही गोष्ट जाणत नाही. प्रत्येक प्रश्न आपल्या उत्तरासह जन्माला येतो. प्रश्न विचारला जाताच त्याचे उत्तरही त्याच्या स्थानावरून निघून आपल्याकडे येऊ लागते. पण ते आपल्यापर्यंत पोहोचेपर्यंत मध्ये काही काळ जावा लागतो आणि अशा वेळी आपल्याला धैर्यपूर्वक, नवलाने प्रतीक्षा करावी लागते. अशा वेळी आपण अजिबात आशा सोडायची नसते, निराश व्हायचे नसते. रुक्मिणीसारखे सकारात्मक राहून

उत्तराप्रति ग्रहणशील राहायचे असते.

कुणाच्याही मनात उगाच प्रश्न निर्माण होत नाहीत. एखाद्या मनुष्याची पात्रता 'त्याच्या मनात अर्थपूर्ण प्रश्न उमटावेत', इतक्या उंचीपर्यंत पोहोचत नाही, तोपर्यंत त्याला प्रश्नही पडत नाहीत. शिवाय, त्या प्रश्नांची उत्तरेही तेव्हाच मिळतात, ज्या वेळी ती मिळण्याची क्षमता त्याच्यात निर्माण होते. तोपर्यंत नियती विविध घटनांच्या साहाय्याने, तिच्या पद्धतीने मनुष्याची तयारी करून घेत असते. जसे, वेगवेगळी दुःखद दृश्ये बघून राजकुमार सिद्धार्थाच्या मनात लाख मोलाच्या प्रश्नांची शृंखला एकेक करून उलगडू लागली. 'जगात इतके दुःख का आहे? मलादेखील जराजर्जर अवस्था प्राप्त होऊन माझाही मृत्यू होणार आहे का? जीवनातील या दुःखांतून मुक्तीचा काही उपाय आहे का...?' अशा प्रश्नांची उत्तरे शोधायची पात्रता त्याच्यात निर्माण झाली होती. म्हणून राजकुमार सिद्धार्थ त्वरित त्या दुःखावरचा उपाय शोधण्यासाठी महालातून बाहेर पडला. अन्यथा यापूर्वीही कितीतरी लोकांनी ही दृश्ये पाहिली होती; पण त्यांचा परिणाम कुणावरही झाला नाही, जो सिद्धार्थावर झाला. मग ज्या दिवशी सिद्धार्थ त्या प्रश्नांची उत्तरे मिळवण्यास पात्र झाला, सक्षम झाला; त्याच दिवशी त्यांना आत्मसाक्षात्कार झाला. त्यांना पडलेल्या सर्व प्रश्नांची उत्तरे त्यांना एकदमच मिळाली. सगळ्या प्रश्नांची शृंखला अलगदपणे त्यांच्यासमोर उलगडली गेली.

प्रश्न-उत्तर, ईश्वरी खेळ

प्रश्न आणि त्यांची उत्तरे, खरे तर दोन्हींचा स्रोत एकच आहे आणि तो म्हणजे आपल्या अंतर्यामी असलेली चेतना (सेल्फ)! वास्तविक आपल्या आयुष्याला योग्य दिशा देण्यासाठी ती चेतनाच काही प्रश्न निर्माण करून त्यांची उत्तरे शोधण्यासाठी आपल्याला भाग पाडते. एवढेच नाही, तर तीच आपल्याकडून प्रार्थनाही करून घेते, जेणेकरून आपण ग्रहणशील होऊन विश्वास आणि धीर बाळगायला शिकावे. मग तीच चेतना, तेच सेल्फ अथवा ईश्वर एखाद्या माध्यमाद्वारे त्यांची उत्तरेही आपल्यापर्यंत पोहोचवतो.

जे लोक आपल्या अंतर्मनातील चेतनेशी (सेल्फशी) सरळ, सहजपणे संलग्न असतात, त्यांना उत्तरासाठी इतरत्र भटकण्याची आवश्यकता नसते. ते थेट अंतर्मनातील चेतनेशी संपर्क साधून मिळालेली उत्तरे जाणू शकतात. परंतु जोपर्यंत मनुष्याची थेट आतील स्रोताकडून आलेली उत्तरे ऐकायची तयारी नसते,

तोपर्यंत ईश्वर बाह्य माध्यमांना निमित्त बनवून उत्तरे धाडत असतो. मग तो एखादा मनुष्य, दृश्य, स्वप्न, एखादे पुस्तक, गुरू अशा माध्यमांद्वारे उत्तरे पाठवत राहतो. जसे, रुक्मिणीच्या प्रश्नाला उत्तर देण्यासाठी महागुरूंना धाडले गेले.

कधीकधी अंतरंगातील चेतनेलाही (सेल्फलाही) बाह्य माध्यमाद्वारे एखाद्याला निमित्त बनवून प्रश्न निर्माण करावे लागतात, जेणेकरून मनुष्याला जाग यावी, तो जागृत व्हावा. जसे, वाल्मीकी ऋषींचे जीवन बदलून टाकणारा लाख मोलाचा प्रश्न नारदांच्या माध्यमातून निर्माण झाला. संत तुलसीदासांच्या जीवनाची दिशा त्यांच्या पत्नीच्या प्रश्नांनी बदलली. गुरूंचे कार्यही असेच महत्त्वपूर्ण असते. जागरूक नसलेल्या साधकांना प्रश्न विचारून अज्ञानरूपी निद्रेतून खडबडून जागे करणे, त्यांना सजग करणे.

प्रार्थना प्रश्न आहे, तर उत्तर आहे ध्यान

लोक ईश्वराला प्रार्थना करताना नेहमीच प्रश्न विचारतात,'हे परमेश्वरा, आता माझं कसं होईल... मला हे काय झालंय... आता कसं होईल... सगळं इतकं अवघड का आहे... माझ्याबरोबर असे का घडतंय... आता कसं होईल... मी या दु:खातून मुक्त कधी होईन...' अशा प्रकारे ते एकापाठोपाठ चुकीचेच प्रश्न विचारत राहतात. परंतु ईश्वराचे योग्य उत्तर ऐकण्यासाठी मात्र त्यांच्याकडे वेळ नसतो. ते तिथे काही क्षणही थांबायला तयार नसतात. त्यांना वाटते,'आम्ही प्रार्थना केली, आमचं म्हणणं ईश्वरापर्यंत पोहोचवलयं. बस्स! आता बाकी ईश्वर पाहून घेईल.'

पण ईश्वराने जर तुमच्याशी थेट (डायरेक्ट) संवाद साधला, तर तो नक्कीच म्हणेल,'अरे, केवळ एवढ्यानंच काम संपणार नाही. तुम्ही तर तुमच्या मनातलं बोलून गेलात; पण आता थोडा वेळ निवांत बसून माझं तर ऐका. तुमच्या प्रार्थनेचं उत्तर ऐकण्यासाठी काही क्षण थांबा, ध्यानस्थ बसा...'

अशा प्रकारे जे लोक केवळ प्रार्थनेवरच थांबतात, त्यांना ईश्वराशी संवाद साधण्याचे संपूर्ण रहस्य ठाऊक नसते, ते फक्त अर्धेच गुपीत जाणतात. परंतु संपूर्ण रहस्य असे आहे, की प्रार्थनेत निर्माण झालेल्या प्रश्नांचे उत्तर ईश्वर ध्यानात (मेडिटेशनमध्ये) देतो. प्रार्थनेनंतर मौन होऊन जेव्हा आपण हृदयस्थानावर, तेजस्थानावर ध्यानमग्न अवस्थेत बसतो, तेव्हा त्याचे उत्तर अंतरंगातून मिळते. 'प्रार्थना आणि ध्यान' हे ईश्वराशी संपर्क साधण्याचे संपूर्ण रहस्य आहे.

तसे पाहिले तर ईश्वराला आपल्याशी खूप काही बोलायचे असते. तुम्हांला योग्य मार्ग दाखवण्यासाठी मार्गदर्शन करायचे असते. आपल्या समस्यांचे निरसन करायचे असते आणि तो हे कार्य निरंतरपणे करतही असतो. मात्र, मनुष्य स्वतःच्याच विचारांमध्ये इतका गुंतलेला असतो, की अंतर्चेतनेतील ईश्वरीय आवाज त्याच्यापर्यंत पोहोचतच नाही. तो आवाज ऐकण्यासाठी आपल्याला विचारांचे मौन साधायला हवे. कारण विचारांच्या मौनातच ईश्वराचा आवाज प्रखर होतो, नीट ऐकू येतो.

मनन प्रश्न

१. तुमच्या पृथ्वी-जीवनाचा अर्थ तुम्हांला ठाऊक आहे का?

२. तुमच्या भूमिकेचे महत्त्व तुम्ही जाणता का?

३. तुमच्या मनात निर्माण झालेल्या प्रश्नांची उत्तरे ऐकण्यासाठी तुम्ही मौन साधण्याचा प्रयत्न करता का?

४. तुम्ही योग्य प्रश्न विचारता का?

अध्याय ४

यशस्वी जीवन म्हणजे काय?

पृथ्वीतलावरील तुमची भूमिका

मनुष्याला जेव्हा त्याच्या जीवनाचा योग्य अर्थ आणि आपल्या भूमिकेविषयी पूर्ण स्पष्टता मिळते, तेव्हा त्याच्यासाठी दृढनिश्चयाने जगणे सहज, सुलभ होऊन जाते. त्यानंतर मनुष्य कुठे भरकटत नाही किंवा त्याला काही बाधाही येत नाहीत. मग आयुष्यात समस्या येवोत अथवा सुखसुविधा प्राप्त होवोत, मनुष्य आपला मार्ग सोडत नाही. शिवाय, निसर्गही त्याला वेळोवेळी मार्गदर्शन करतो. पण त्याने मात्र आपल्या भूमिकेवर ठाम राहायला हवे. आणि नियतीकडून होणारे मार्गदर्शन ग्रहण करण्यासाठी त्याची पूर्ण तयारीही असायला हवी. हीच बाब आपण विठ्ठलपंत आणि रुक्मिणी यांच्या कथेद्वारे समजून घेणार आहोत.

विठ्ठलपंत आणि रुक्मिणी यांचे तेजसंसारी जीवन

तेजसंसारी जीवन म्हणजे मनुष्य संन्यासीही नाही आणि मोहमायेत लिप्तही नाही, तर या दोहोंच्या पलीकडे असलेले संतुलित जीवन जगणारे लोक म्हणजे तेजसंसारी.

गुरूंची आज्ञा शिरसावंद्य मानून विठ्ठलपंतांनी संन्यास सोडून गृहस्थधर्माचे पालन केले. परिणामी, त्यांना समाजाकडून उपेक्षा आणि प्रतारणा सहन करावी लागली. त्या काळातील सामाजिक धारणेनुसार संन्यासाश्रमानंतर पुन्हा गृहस्थाश्रम स्वीकारणे म्हणजे महापाप समजले जायचे, अशा पापाला प्रायश्चित्तही शक्य नव्हते. म्हणून ब्राह्मण समाजाने विठ्ठलपंत आणि रुक्मिणी यांना वाळीत टाकले,

समाजातून बहिष्कृत केले. त्यांना कुटुंबासह 'अशुद्ध' घोषित केले गेले.

तरीही ते दोघे न डगमगता समाजाची अवहेलना सहन करत राहिले. कारण गुरूंच्या आज्ञेतच त्यांना त्यांच्या जीवनाचा अर्थ गवसला होता. त्यांना त्यांची पृथ्वीवरील भूमिका पूर्णपणे ज्ञात झाली होती. त्यांच्या दृष्टीने ती ईश्वराची दिव्य योजना आणि गुरूंची आज्ञा होती. म्हणून प्राप्त कठीण परिस्थितीदेखील पूर्णपणे स्वीकारून ते दोघे साधना करतच राहिले.

काही काळानंतर त्यांच्या घरात दोन-दोन वर्षांच्या अंतराने चार अपत्ये जन्माला आली. सर्वप्रथम निवृत्तिनाथ, मग ज्ञानदेव, त्यानंतर सोपानदेव आणि शेवटी मुक्ताबाई. या सर्व बालकांमध्ये गर्भावस्थेपासूनच भक्ती, ज्ञान आणि वैराग्य यांचे भरपूर संस्कार झाले.

तसे पाहिले तर सर्वसामान्य लोक उदरनिर्वाहासाठी काम करत असताना, सामाजिक कर्तव्ये निभावताना आपल्या कुटुंबाकडे जास्त लक्ष देऊ शकत नाहीत. परंतु विठ्ठलपंत आणि रुक्मिणी यांनी असे केले नाही. त्यांचा अधिकतर वेळ घरीच जात होता, त्या वेळेचा सदुपयोग ते मुलांना वेद-वेदान्त, शास्त्रांचे सखोल ज्ञान देण्यासाठी करत होते. त्यांच्या मुलांसाठी ते मातापित्यासोबत शिक्षकाचीही भूमिका पार पाडत होते. त्यांची चारही अपत्ये कुशाग्र बुद्धीची तर होतीच, शिवाय तेजस्वीदेखील. त्यामुळे मिळालेले ज्ञान ते चटकन आत्मसात करत असत.

समाजातील लोक त्यांच्या कुटुंबाशी कुठल्याही प्रकारचा संबंध ठेवत नव्हते. त्यांच्याकडे नेहमी तुच्छतेने पाहिले जाई. त्यांचा पावलोपावली अपमान करत. लोक त्या मुलांना 'संन्याशाची मुलं' म्हणून चिडवत. अशा विपरीत वातावरणात त्यांचे सगळे कुटुंब अपमान, अवहेलना सहन करत जगत होते; परंतु यालाच 'हरीची इच्छा' समजून ते ईश्वराची भक्ती आणि साधना करत राहिले. त्यांच्यात तिळमात्र बदल झाला नाही. समाजात त्यांना इतर कोणताही आधार नसल्याने ते सारे एकमेकांचे आधारस्तंभ बनले होते. त्यांच्याकडे निःस्वार्थ प्रेम, सरळमार्गीपणा, प्रामाणिकपणा, निष्कपटता, ज्ञान, भक्ती, समाधान आणि धैर्य यांची अमूल्य दौलत होती.

दिव्य योजनेनुसार यशस्वी जीवन

एखाद्या सामान्य माणसाला विचारले, की 'तुझी यशस्वी जीवनाबद्दलची व्याख्या काय?' तर तो म्हणेल,'चांगल्या पगाराची नोकरी... व्यापारात यश...

सर्व प्रकारच्या सुखसुविधा, गाडी, बंगला, घरात नोकरचाकर आणि उत्तम जीवनसाथी... इतकं सर्व लाभलं असेल, तर ते जीवन यशस्वी होय.' मग त्याला विठ्ठलपंत आणि रुक्मिणी यांची जीवनकथा सांगून विचारले, की 'त्यांचं आयुष्य यशस्वी म्हणता येईल का?' तर त्यावर तो म्हणेल,'अरेरे! त्या बिचाऱ्यांना केवढ्या यातना सहन कराव्या लागल्या, किती कष्ट पडले, पदोपदी त्यांचा अपमान झाला, हाल झाले, त्यांचं आयुष्य यशस्वी कसलं, ते तर व्यर्थच गेलं ना!' परंतु हे विचार अशा मनुष्याचे आहेत, ज्याला अद्याप ज्ञान मिळालेले नाही. याचाच अर्थ त्याला जीवनाचा योग्य अर्थच समजलेला नाही.

वास्तविक नियतीद्वारे, ईश्वराद्वारे एखाद्या मनुष्याच्या आयुष्याची दिव्य योजना निश्चित केली जाते, साकारली जाते. म्हणून ज्या मनुष्याचे जीवन त्याच्या बाबतच्या दिव्य योजनेनुसारची भूमिका साकारताना, आपले धडे शिकताना, व्यतीत होते, त्याचेच जीवन यशस्वी झाले, असे म्हणावे लागेल, अन्यथा नाही.

जगात फोफावलेल्या राक्षसी शक्तींचा बीमोड आणि रावणाचा विनाश करणे, ही श्रीरामांच्या आयुष्याची दिव्य योजना होती. त्यासाठी एक राजपुत्र असूनही कित्येक वर्षे त्यांना एखाद्या तपस्व्याप्रमाणे जंगलात राहावे लागले, कष्टदायक वातावरण सहन करावे लागले. मग त्यांचे जीवन अयशस्वी ठरले असे आपण म्हणाल काय? नाही, याउलट राजमहालातील सुखसोयी उपभोगून ते या जगातून गेले असते, तर निश्चितच त्यांची भूमिका अर्धवट राहिली असती, त्याचे जीवन 'महाजीवन' बनले नसते.

अशाच प्रकारे रुक्मिणी आणि विठ्ठलपंत दैवी योजनेनुसार यशस्वी जीवन जगून या जगातून निघून गेले. त्यांनी त्यांच्या भूमिकेला योग्य न्याय दिला. त्यांनी चार मुलांना जन्म देऊन, भविष्यात ते संत व्हावेत यासाठी त्यांना आवश्यक असे वातावरण, ज्ञान दिले, त्यांचे योग्य संगोपन केले. शिवाय, आपल्या आईवडिलांकडून त्या चौघांनीही 'आत्मबोधाद्वारे ईश्वरप्राप्ती हेच जीवनाचं लक्ष्य, ध्येय आहे', हेही जाणले होते. वैरागी पिता आणि सदैव भक्तीत लीन असलेली माता, अशा घरात जन्मल्याने सुसंस्कार त्यांच्यात अगदी खोलवर रुजले होते. सुदैवाने शास्त्रात ते जे ज्ञान वाचत होते, तसेच जीवन आपले आईवडील जगत असल्याचे ते पाहत होते.

त्याचबरोबर 'ईश्वरप्राप्ती, कमी वयात स्वबोध होणं शक्यच नाही किंवा हे अत्यंत कठीण कार्य आहे', असेही त्या मुलांना कोणी सांगत नव्हते. कारण अशा

चुकीच्या धारणा लहानपणीच बिंबवल्या गेल्या, तर मुलेही भविष्यात त्यांनाच वास्तव समजून पूर्वग्रहदूषित जीवन जगतात, नवनवीन गोष्टींचे प्रयोग करायला घाबरतात. खरे तर मुले ही निरागस असतात. त्यांची मने स्वच्छ असतात. त्यात कोणतेही समज, अपसमज नसतात. जर चुकीच्या धारणा मुलांमध्ये बिंबवल्या नसतील, तर ती खुलेपणाने अशक्य कोटीतील कामेही प्रयासाने करून दाखवतात.

नियती केवळ तुमची 'ऑर्डर' पूर्ण करते

तसे पाहिले तर विठ्ठलपंतांच्या कुटुंबातील सर्वांच्याच इच्छा, प्रार्थना पूर्ण होत होत्या, कारण त्यांनी कधीही सामान्य माणसाप्रमाणे सुखसोयींच्या अपेक्षा ठेवल्याच नव्हत्या. त्यांना ईश्वरभक्तीत लीन राहून संन्यस्त जीवन जगायचे होते. म्हणून समाजाने त्यांचा उपहास केला. त्यांना बहिष्कृत करून, संसार करत असतानाही संन्याशाप्रमाणे जीवन जगायला भाग पाडले. तसे पाहिले तर लोक समाजापासून दूर जंगलात, हिमालयात जाऊन एकांतात ईश्वराची भक्ती करू पाहतात; परंतु विठ्ठलपंत आणि त्यांचे सगळे कुटुंब समाजात राहूनच संन्यासी जीवनाचा लाभ घेत होते. रुक्मिणीलाही पतीचा आणि मुलांचा सहवास हवा होता. त्यांच्यावर प्रेम करण्यात आणि त्यांच्या सेवेत तिला जीवन जगण्याची इच्छा होती. तिचीही इच्छा पूर्ण होतच होती. तसेच त्यांच्या मुलांनी सुसंस्कारी, ज्ञानी, संत बनून स्वानुभव प्राप्त करावा, अशीही त्यांची तयारी चालली होती. अशा प्रकारे दुःख आणि अभावांतदेखील नियती त्यांच्या प्रार्थना, इच्छा (ऑर्डर) पूर्ण करतच होती.

खरे तर हे संपूर्ण कुटुंबच पूर्ण जाणिवेसह तेजसंसारी आयुष्य जगत होते. सर्वांची समज प्रगल्भ असल्याने आध्यात्मिक रूपही तितकेच विस्तृत, उन्नत होत होते. याचाच परिणाम म्हणून अनंत कष्टांतही ते सुखी, समाधानी आयुष्य जगत होते.

तेजसंसारी जीवनाचे रहस्य

जुन्या काळात 'संसाराचा त्याग करून संन्यास घेतल्यानंतरच ईश्वरप्राप्ती होऊ शकते', ही धारणा सामान्यतः रूढ होती. अर्थातच,'संसारी मनुष्याला कधी ईश्वरप्राप्ती होऊ शकत नाही आणि संन्यासी संसारात राहू शकत नाही', ही

समजूत समाजात प्रचलित होती. याचाच अर्थ,'माया' किंवा 'राम' या दोहोंपैकी एकाचीच निवड करावी लागे. एकाला निवडले तर दुसऱ्याला सोडावेच लागे. या धारणेपायीच तर नाइलाजाने विठ्ठलपंतांना संन्यास घ्यावा लागला होता.

परंतु वास्तवात या दोहोंचा सुवर्णमध्य गाठणारा मार्ग आहे आणि तो म्हणजे 'तेजसंसारी मार्ग!' जो संन्यास आणि संसार या दोन्हीच्या पलीकडे आहे. तेजसंसारी तोच होऊ शकतो जो मोहमाया आणि विरक्ती या दोन्हींना पार करून जातो. तो या दोन्ही प्रकारच्या जीवनशैलीतून सकारात्मक गोष्टी स्वीकारून समतोल, संतुलित आयुष्य जगतो.

तेजसंसारी मनुष्य संसारात राहूनदेखील सर्वोच्च ज्ञान प्राप्त करतो. तो ज्ञानाच्या केवळ पोकळ गप्पा मारून इतरांसमोर स्वतःच्या ज्ञानाचे कोरडे प्रदर्शन करत नाही, तर स्वतः ते ज्ञान आचरणातही आणतो. त्याचे आचरण पाहूनच त्याच्या कुटुंबातील, समाजातील लोकही सत्यप्राप्तीसाठी प्रेरित होतात. तो हे जाणत असतो की,'मी म्हणजे हे शरीर नाही', जगात जे काही चालले आहे, ती केवळ ईश्वराची लीला आहे, त्याचा खेळ आहे. म्हणून या मोहमायेत न अडकता, कुठल्याही गोष्टींशी आसक्त न होता, त्यात गुंतून न राहता तो आनंदी जीवन जगतो. शिवाय आपली भूमिकाही योग्य प्रकारे पार पाडतो.

समजा, एक संसारी आणि दुसरा तेजसंसारी अशी दोन माणसे आहेत. दोघांनाही कार घेण्याची इच्छा आहे. संसारी मनुष्याला कार एवढ्याचसाठी पाहिजे असते, की आपल्या कुटुंबीयांसमवेत, मित्रांसोबत खूप फिरता यावे, मजा करता यावी, सहलीला जाता यावे; जेणेकरून समाजात त्याची प्रतिष्ठा वाढेल. मात्र तेजसंसारी मनुष्याला कार एवढ्याचसाठी हवी असते, जेणेकरून त्याला वेळेवर सत्यश्रवण करण्याकरिता भजन, कीर्तन, प्रवचनांना जाता यावे. आवश्यकता भासल्यास इतर साधकांनाही सत्यज्ञान शिबिरांत नेता यावे. अर्थातच कारपासून सुविधा मिळवण्याऐवजी त्याला सत्याची सेवा जास्तीतजास्त करता यावी, इतरांसाठी काही करता यावे, हा त्याचा मूळ उद्देश असतो.

संसारी मनुष्याला त्याच्या वंशवृद्धीसाठी मुले हवी असतात. त्याच्या म्हातारपणी त्याची संपत्ती, व्यवसाय सांभाळणारे त्याचे कोणी असावे, त्याच्या स्वास्थ्याकडे लक्ष देणारे, डॉक्टरकडे घेऊन जाणारे कोणी असावे, ही त्याची इच्छा असते. परंतु तेजसंसारी मनुष्य मात्र सत्याचा मार्ग अनुसरून, त्याची मुले देशासाठी, समाजासाठी उपयुक्त ठरावीत, म्हणून इतरांच्या भल्यासाठीच तो

मुले जन्माला घालतो. शिवाय त्यांच्याद्वारे ईश्वरी गुणांची अभिव्यक्ती व्हावी ही त्याची मनापासूनची इच्छा असते. रुक्मिणी-विठ्ठलपंत या दाम्पत्यानेही हीच इच्छा मनात बाळगून चार महान संत-अपत्यांना जन्म दिला.

पृथ्वीवरील भूमिकेची योग्य ओळख

संत ज्ञानेश्वरांची कौटुंबिक कथा ऐकल्यानंतर 'दुःखातही आनंदी कसे राहता येते?' ही बाब एखाद्यासाठी आश्चर्यकारक ठरू शकते. वास्तविक ज्या मनुष्याला स्वतःच्या योग्य भूमिकेविषयी जाण येते, तेव्हा ती भूमिका निभावताना मार्गात कितीही अडचणी आल्या तरी तो न डगमगता हसतहसत त्या सहन करतो. मग त्याचे लक्ष त्या अडचणींवर केंद्रित न होता आपल्या वाट्याला आलेली भूमिका वठवताना मिळालेले सुख आणि समाधान हाच त्याच्या आनंदाचा स्रोत बनतो.

उदाहरणार्थ, एखादी स्त्री जेव्हा गर्भ धारण करते, तेव्हा प्रसूतीपर्यंत नऊ महिने तिला शारीरिक होणारे त्रास, कष्ट तिला दुःखदायक वाटत नाहीत. कारण तिला ठाऊक असते, आई बनण्यासाठी या वेदना सहन कराव्याच लागतात. त्यामुळे खरे तर तिला आनंद आणि संतुष्टीच मिळत असते. कारण तिला माहीत असते ती काय प्राप्त करणार आहे ते!

एकदा विख्यात शास्त्रज्ञ एडिसन यांच्या प्रयोगशाळेला आग लागून ती भस्मसात झाली. त्यात त्यांची महत्त्वाची कागदपत्रे, प्रयोग करण्यासाठी लागणारी सर्व उपकरणे, अनेक वर्षांपासून केलेले संशोधन सगळे काही जळून खाक झाले. तसे पाहिले तर या घटनेने ते किती दुःखी व्हायला हवे होते? पण तसे झाले नाही. त्या वेळी ते म्हणाले,'चला बरं झालं. आता मी पुन्हा नव्यान उमेदीनं प्रयोग करीन. न जाणो आधी राहिलेल्या काही त्रुटी आता समोर यायच्या असतील, ज्यावर आधी कधी लक्षच गेलं नसेल...'

ते असे बिनधास्तपणे म्हणू शकले; कारण स्वतःच्या भूमिकेचे ज्ञान त्यांना होते. त्यांची दृष्टी नेहमी नवनवीन शोधांच्या संधींकडे लागलेली असायची. मग तो शोध यशस्वी होवो अथवा अयशस्वी, सतत नावीन्याचा शोध घेणे हीच त्यांची भूमिका होती.

सांगण्याचे तात्पर्य असे, की आपली पृथ्वी-भूमिका साकारताना मिळणारे दुःखही कुठे ना कुठे आपल्या यशाचे कारण, गमक बनू शकते. ती दुःखेच, त्यांचे निवारण होण्यासाठी, आपल्या जिज्ञासेसाठी कारणीभूत ठरतात, आपल्याला नवी

दिशा दाखवून काही वेगळा विचार-कृत्य करायला प्रवृत्त करतात. अशा प्रकारे ती आपल्या भूमिकेत साहाय्यकच ठरतात.

आणखी एक गोष्ट, मनुष्याला जेव्हा त्याच्या वास्तविक स्वरूपाचे ज्ञान होते, मी म्हणजे केवळ शरीर नाही याची जाणीव होते, तेव्हा तो येणाऱ्या सगळ्या दु:खांकडे, त्रासांकडे साक्षी भावाने बघतो. मग तो ईश्वराच्या या खेळात सुख-दु:खातीत होऊन आपली भूमिका योग्य प्रकारे पार पाडतो. जसे, येशू ख्रिस्ताने केले. जिवंतपणी क्रुसावर चढवले जात असतानाही त्या क्रूर घटनेकडे साक्षी भावाने पाहून त्यांनी सहजपणे ती स्वीकारली. कारण त्यांच्या शरीराचा मृत्यू भविष्यात असंख्य लोकांच्या उद्धारासाठी निमित्त बनणार आहे, हे उत्तम प्रकारे त्यांना ठाऊक होते.

यासाठी दिव्य योजनेची समज ठेवून ईश्वराला प्रार्थनेत, आपल्या इच्छा-आकांक्षांची भली मोठी यादी सादर करण्याऐवजी आपण पुढील वाक्ये उच्चारली पाहिजेत.

'हे ईश्वरा, माझ्या भूमिकेची योग्य जाण मला दे;
जेणेकरून मी ती योग्य प्रकारे पार पाडू शकेन, साकार करेन.
माझ्याकरिता असलेल्या दिव्य योजनेनुसार मला सर्व काही सहजतेने मिळो,
आणि ते स्वीकारण्याची क्षमताही माझ्यात येवो.'

आपल्या भावना– ईश्वरीय आवाज

जगात असे असंख्य लोक आहेत, जे आपल्या दिव्य योजनेनुसार असलेली भूमिका जगत नाहीत. त्यांच्यावर समाजाने, कुटुंबाने, परिस्थितीने वेगळीच भूमिका सक्तीने लादलेली असते. कदाचित जगाच्या दृष्टीने त्या भूमिकेत ते यशस्वी ठरले असतीलही; पण खऱ्या अर्थाने त्यांना आंतरिक समाधान मिळत नाही. आपल्या जीवनात काहीतरी उणीव आहे, पोकळी आहे, ही खंत त्यांना सतत जाणवत असते. परिणामी, ते कायम दु:खीच राहतात; व्हायला पाहिजे तसा आनंद त्यांना कधी होतच नाही.

विठ्ठलपंतांना विवाहानंतर कौटुंबिक जबाबदारी आणि दुनियादारी निभावताना अगदी असेच वाटत होते. त्यांच्या भावना नकारात्मक बनल्या होत्या, त्यामुळे ते संन्यासी बनले. परंतु नंतर गुरूंची आज्ञा आणि नियतीची आपल्या बाबतची दिव्य योजना यांचे आकलन झाल्यावर त्यांनी पुन्हा गृहस्थधर्म आचरणात आणला. या

वेळी मात्र त्यांनी आपला धर्माचे आणि आपल्या भूमिकेचे योग्य प्रकारे पालन केले. त्यानंतर कितीतरी दु:खे त्यांच्या वाट्याला आली; पण त्यांच्या भावना बदलल्या नाहीत. कारण ते जे करत होते ते योग्यच आहे, याची जाणीव त्यांना झाली होती. इतकेच काय, पण आपली ही भूमिका पार पाडत असताना त्यांना 'जलसमाधी'ही घ्यावी लागली.

तात्पर्य, जीवनात बाह्यरूपात कितीही कष्ट, दु:ख अथवा सुखसुविधा आल्याचे भासले, तरी लगेच आपल्या भावनांची पडताळणी करायला हवी. आपल्या भावना नकारात्मक असतील, म्हणजे आपल्याला वाटत असेल, की हे काम म्हणजे 'चोरी करणं, चुगली करणं, खोटं बोलणं, व्यसन करणे आदी वाईट आहे, तर अशा गोष्टी करू नका.' त्या वेळी तुमच्यात नकारात्मक भावना निर्माण झाल्या आहेत. याचाच अर्थ, ईश्वराला या गोष्टी मंजूर नाहीत. त्या वेळी त्याला सांगायचे असते,'या गोष्टी करू नका, यामुळे तुम्हांला दु:खच होणार आहे.' तुम्ही दु:खी होता, तेव्हाही विधाता (सेल्फ) आतून सांगत असतो,'दु:खी राहू नका, दु:खातही खूश राहायला शिका.' मग भले समोर दु:खाचे पहाड दिसत असले, तरी आपल्या भावना सकारात्मक ठेवा. एखाद्याला क्षमा करणे, खरे बोलणे, इतरांना मदत करणे यासाठी ईश्वर नेहमी खूश असतो. यासाठी तो नेहमी 'होय' म्हणत असतो.

मनन प्रश्न

१. तुमच्या मते यशस्वी जीवनाची व्याख्या काय?

२. तुम्हांला तुमच्या पृथ्वी-जीवनाची भूमिका ज्ञात आहे का?

३. ज्ञात असेल तर ती तुम्ही योग्य प्रकारे पार पाडत आहात का?

अध्याय ५

दु:खमुक्त होण्याची कला
योग्य वेळी योग्य प्रश्न विचारा

संत ज्ञानेश्वर आणि त्यांच्या कुटुंबीयांचा समाजाने अतोनात छळ केला, त्यांना अनेक प्रकारच्या यातना दिल्या. तरीही ते सत्यमार्गावर आणि ईश्वरावर विश्वास ठेवून निरंतर साधना करत राहिले. ते त्या दु:खातही आपल्या कुटुंबीयांमध्ये सुखच शोधत राहिले. अशा कित्येक कथा आजही प्रचलित आहेत. पण यामुळे दु:खातही आनंदी कसे राहता येते, आयुष्यातील घनघोर काळोखात, घोर संकटातही मनुष्याला सत्य कसे धीर देते, दु:खाची तीव्रता कशी कमी करते, ही मुख्य प्रेरणा त्यातून मिळते.

मनुष्य संकटांनी घेरला जातो, तेव्हा घाबरल्याने त्याची स्थिती दोलायमान होते. अशा वेळी नेमके काय करावे, हे त्याला समजत नाही. परंतु ती वेळ घाबरण्याची नसते तर योग्य प्रश्न विचारण्याची असते, दु:खमुक्त होऊन जागृत होण्याची असते. तेव्हा मनात येणाऱ्या दु:खद, नकारात्मक भावना म्हणजे आपल्यासाठी जणू काही ईश्वराचीच साद असते. त्या वेळी तो तुम्हांला सांगत असतो,'दु:खी राहू नका, लगेच हॅपी हॅट म्हणजे प्रसन्नतेची टोपी घाला. या दु:ख देणाऱ्या नकारात्मक विचारांमधून त्वरित बाहेर या.'

दु:ख आल्यानंतर सर्वप्रथम नकारात्मक भावनेतून मुक्त होऊन आपण स्वत:ला योग्य प्रश्न विचारायला हवा. यासाठी दु:खी असताना आपल्या विचारात परिवर्तन घडवेल, अशी प्रश्नरूपी किमया आपण या अध्यायात जाणून घेणार आहोत.

प्रश्न १ : 'आता मी कोण आहे?' (Who am I Now?)

'मी कोण आहे?' हा ब्रह्मांडातील सर्वाधिक शक्तिशाली– लाख मोलाचा प्रश्न आहे, ज्याच्या उत्तराने मनुष्याला आत्मसाक्षात्कार होऊ शकतो. या प्रश्नाने आपली सगळी दु:खे आणि समस्या एकत्रच विलीन होऊन आपण आनंदी बनू शकतो. हा प्रश्न निर्माण होताच आपल्याला या परमसत्याचे स्मरण होते, की 'मी शरीर नसून अंतर्चेतनारूपात असणारा विधात्याचा अंश– सेल्फ आहे. माझ्या सर्वोच्च क्षमता विकसित करण्यासाठी, ईश्वर माझ्यासोबत हे घडवत आहे. त्यामुळेच मी योग्यरीत्या प्रशिक्षित होईन, नवीन गुण अंगी बाणवीन आणि माझा संपूर्ण विकास साध्य करीन.'

एक चित्रकार एका मोठ्या अपघातात आपले दोन्ही हात गमावून बसला; पण या घटनेला त्याने आव्हान समजून पायाने चित्र काढण्याची कला आविष्कृत केली. पायानेच पेन्सिल, ब्रश धरून तो चित्रे काढू लागला. त्याला पाहून कित्येक लोकांना प्रेरणा मिळाली. याचाच अर्थ, मनुष्याचे शरीर म्हणजे स्वत:च एक आश्चर्य आहे, ज्यात अनंत शक्तीचे भांडार दडलेले आहे. मात्र हे शरीर ज्या कारणाने अभिव्यक्त होत आहे, ते सीमित नसून असीम असे 'सेल्फ' आहे.

येशू ख्रिस्त आपल्या शिष्याला म्हणत,'तुम्ही स्वत:ला इतके हीनदीन आणि दु:खी का समजता? तुमच्याच अंतरंगात तर प्रभूचे राज्य दडलेले आहे, हे तुम्हांला ठाऊक नाही का? ईश्वरीय सृष्टीचे साम्राज्य तुमच्याच अंतर्यामी वसलेले आहे. मग तुम्ही असे दु:खी का राहता?'

याचे मुख्य कारण म्हणजे, मनुष्य स्वत:ची ओळखच विसरला आहे. दिखाऊ, भ्रमित सत्य पाहून तो म्हणतो,'देवाने मला इतकी दु:खं दिलीच कशी?... माझं कुठलंही काम पूर्ण होत नाही... नेहमी अडचणी येत राहतात... लोक माझ्याशी नीट वागत नाहीत... शेजारी माझ्याबाबत असे म्हणतात... मित्र तसं म्हणतात...' अशा अनेक गोष्टींनी अकारण तो दु:खी होत राहतो. अशा वेळी वरवरच्या दिखाव्यात फसण्यापेक्षा त्याने लगेच स्वत:ला प्रश्न विचारला,'मी कोण आहे? या वेळी मी स्वत:ला काय समजतो आहे?' तर या प्रश्नांची उत्तरे तुम्हांला त्वरित अंतिम सत्याप्रत घेऊन जातील. मग आपले दु:ख, हे दु:ख न राहता एक खेळ बनून राहील. ज्याकडे आपण खेळाच्याच दृष्टिकोनातून बघाल आणि खेळू लागाल.

निवृत्तिनाथ जेव्हा गुरू गहिनीनाथांद्वारे आणि ज्ञानदेव गुरू निवृत्तिनाथांद्वारे

जेव्हा 'स्व'शी परिचित झाले, तेव्हा त्यांना दुःख हे दुःख भासलेच नाही. उलट ज्या समाजाने त्यांना पदोपदी अपमानित केले, त्या समाजातील लोकांविषयीही त्यांचे मन प्रेमाने आणि करुणेने दयार्द्र झाले, त्यानंतर त्यांचे अवघे जीवन, लोकांमधील अज्ञानरूपी अंधकार दूर व्हावा, त्यांना ज्ञानचक्षू प्राप्त व्हावेत, याच प्रयासात व्यतीत झाले. त्यांनी आयुष्यभर मानव-समाजाची निःस्वार्थपणे सेवा केली. एवढेच काय, पण त्यांचा मृत्यूदेखील या लोकांच्या उन्नतीसाठी निमित्त बनला. म्हणूनच त्यांनी 'संजीवन समाधी' घेतली.

प्रश्न २ : 'तुझी इच्छा, तीच माझी इच्छा आहे का?'

एक गरीब माणूस होता, जो तंबूत राहायचा. जे काही घडते ते सर्व काही भगवंताच्या इच्छेनेच घडते, यावर त्याचा ठाम विश्वास होता. एखाद्या घटनेत कितीही दुःख दिसत असले तरी पुढे जाऊन चांगलेच होणार आहे, या भावनेने गरिबीतही तो समाधानाने जगत होता.

एकदा मोठ्ठे वादळ झाले, सोसाट्याचा वारा सुटला आणि त्या बिचाऱ्या गरीब माणसाचा तंबू जोरदार वाऱ्याने उडून गेला. पण त्याही परिस्थितीत त्याने विचार केला,'जशी हरीची इच्छा'! आणि तो दुसऱ्या जागी स्थलांतरित झाला.

नवीन ठिकाणी जाऊन त्याने मिळतील ती लहानसहान कामे करायला सुरुवात केली. त्यात त्याला कधी यश मिळायचे तर कधी अपयश. सुदैवाने एक दिवस असाही उगवला, की त्याची परिस्थिती पालटली आणि तो मोठा व्यापारी बनला. मग त्याने एक मोठे घर बांधले, ज्याचे छत सिमेंट काँक्रीटचे होते. एके दिवशी तो छतावर उभा राहून विचार करू लागला,'परमेश्वरा, तू जर माझा तंबू त्या दिवशी उडवला नसतास, तर आज मी इतक्या आलिशान घरात राहू शकलो असतो का? खरंच आहे, तुझ्या दुःख देण्यामागेही प्रेम लपलेलं असतं, परंतु ते आम्हांला समजत नाही.'

या कथेद्वारे आपल्याला हा धडा मिळतो, की मनुष्याच्या जीवनात जेव्हा काही समस्या निर्माण होतात, संकटे येतात, तेव्हा त्याचे सगळे लक्ष त्यांच्यावरच केंद्रित होते. मग तो दुःखी होऊन विचार करतो,'कदाचित ही गोष्ट माझ्या

भाग्यातच नसेल... किंबहुना ईश्वराचीदेखील हीच इच्छा असेल...' पण अशा वेळी मनुष्याने खचून न जाता हा विश्वास बाळगायला हवा, की हे जे दृश्य आहे ते अर्धवट आहे, पूर्ण नाहीये. अद्याप पूर्ण चित्र,'ईश्वर इच्छा पार्ट टू' स्पष्ट व्हायचे बाकी आहे. यासाठी आपल्याला प्राप्त परिस्थिती समाधानी राहून या 'ईश्वर इच्छा पार्ट टू'वरच ध्यान द्यायला हवे. कारण ज्या गोष्टीवर आपण लक्ष केंद्रित कराल, ती गोष्ट लवकर प्रकाशात येईल. परंतु मनुष्याला इतकी घाई असते, की समस्या येताच तो आपली श्रद्धा आणि सबुरी हरवून बसतो.

हरी इच्छा पार्ट टू

मनुष्याच्या जीवनात नवीन काही होणार असते तेव्हा बदल घडत असतो. जसे, ईश्वरीय इच्छेनुसार, त्याच्या योजनेनुसार पार्ट वन म्हणजे त्या गरीब माणसाचा तंबू उद्ध्वस्त झाला आणि पार्ट टू म्हणजे त्याचे नवे आलिशान घर बनले. म्हणून कोणत्याही परिवर्तनाला कुठलेही बिरुद, चांगले किंवा वाईट असे न लावता त्याचा स्वीकार करायला हवा. धैर्यपूर्वक आणि कुतूहलाने त्याच्याकडे पाहायला हवे (वॉच, वेट विथ वंडर). ईश्वराची पुढील योजना जाणण्यासाठी प्रार्थना करायला हवी. असे केल्याने पुढचे दृश्य सहजतेने लवकरच प्रकट होईल.

एक दुकानदार होता. त्याला रात्री लवकर झोपच येत नसे. रात्रभर तो या कुशीवरून त्या कुशीवर वळत राहायचा. मग एकदा वैतागून त्याने निश्चय केला,'जोपर्यंत मला झोप येणार नाही, तोपर्यंत मी बिछान्यावर पडणार नाही...' असा विचार करून तो आपला लॅपटॉप घेऊन ऑनलाइन शॉपिंगच्या वेबसाईट्स बघू लागला. त्यात त्याने पाहिले, की लोकांकडे ऑफिसची जागा नसली तरी ते आपला व्यवसाय व्यवस्थित करून, दूर-दूरपर्यंत आपले उत्पादन विकतात, शिवाय पुरेसा नफाही मिळवतात. हे पाहून त्याचीही उत्सुकता वाढली. मग रोज रात्री हे सर्व पाहून, समजून घेऊन त्याने आपला स्वत:चाही ऑनलाइन बिझनेस सुरू केला. देशविदेशांतील ग्राहक शोधून काढले, त्यामुळे आता परदेशांतही त्याचा माल विकला जाऊ लागला. परिणामी, तो मोठा व्यापारी बनला. त्याच्या झोप न येण्याच्या समस्येने बघताबघता त्याच्यासाठी यशाचे दार उघडून दिले. अशा प्रकारे झोप न येण्याच्या

त्याच्या समस्येतूनही त्याने सकारात्मक दृष्टीने वाटचाल केल्याने पुढे जाऊन ती समस्याच त्याच्या विकासाची शिडी बनली.

मात्र, काही लोकांना त्यांच्याबाबतच्या दिव्य योजनेनुसार, कधीकधी खूपच कठीण परिस्थितीला तोंड द्यावे लागते, अपार कष्ट सहन करावे लागतात; परंतु त्याचा अप्रत्यक्ष लाभ मात्र इतरांना मिळतो. जसे, समाजात काही वाईट घटना घडतात, तेव्हा सगळे लोक एकत्रितपणे त्या घटनेला विरोध करतात. मग भविष्यात पुन्हा अशी घटना होऊ नये म्हणून सरकार नवीन कायदा बनवून नागरिकांचे संरक्षण करते.

दुसऱ्या महायुद्धाने जगात सर्वत्र हाहाकार माजवला होता, तेव्हा उद्‌भवलेली ती भयंकर परिस्थिती पाहूनच इतर देशांचे लक्ष युद्धावरून दूर होऊन शांती आणि सद्‌भावनेवर केंद्रित झाले. परिणामी, एका प्रभावी संयुक्त राष्ट्रसंघाची स्थापना झाली. त्याअंतर्गत भविष्यात युद्ध रोखण्यासाठी काही नियमही बनवले गेले. सर्व लोकांसाठी मानवाधिकार तयार झाले; जेणेकरून जातिभेद, दारिद्र्य आणि अन्यायाविरुद्ध काही ठोस पावले उचलली जावीत, आरोग्याविषयीच्या समस्या दूर केल्या जाव्यात.

एकदा एका मुलाने आपल्या आईला कर्करोगासारख्या दुर्धर आजाराने मरताना पाहिले आणि पुढे जाऊन तो कर्करोगाचा निष्णात डॉक्टर बनला. भविष्यात त्याने कॅन्सर झालेल्या अनेक लोकांना जीवदान दिले. कर्करोग झालेल्या रुग्णांना वाचवणे हेच त्याच्या जीवनाचे ध्येय बनले. याचाच अर्थ, त्याच्या आईचा मृत्यू अनेक रुग्णांना जीवनदान मिळण्यासाठी कारण ठरला.

एखादा मनुष्य जेव्हा खूप दुःखद घटनेचा सामना करून त्यातून बाहेर पडतो तेव्हा त्याला वाटते, माझ्याबरोबर जे घडले, ते इतर कोणासोबतही घडू नये, अशी वेळ वैऱ्यावरही येऊ नये. तो सजग असेल तर सकारात्मक बदल घडवून आणण्याकरिता पुढाकार घेतो. असे कित्येक लोक आहेत ज्यांनी समाजाचे कठोर वर्तन सहन केले. त्यामुळे त्यांच्या मनात हा विचार प्रबल झाला, की 'जे मी सहन केले, ते इतर कोणाला सहन करायला लागू नये.' परिणामी, असे लोक पुढे जाऊन समाजसेवक बनले.

अशाच प्रकारे विठ्ठलपंत आणि रुक्मिणी यांच्या कुटुंबानेही समाजातील अज्ञानाला, त्यांच्याकडून पदोपदी मिळणाऱ्या अवहेलनेला, निर्दयतेला,

अपमानाला सहन केले. परिणामी, त्यांच्या मुलांमध्ये समाजातील अज्ञान दूर करण्याची शुभेच्छा निर्माण होऊन भविष्यात त्यांनी तेच कार्य केले.

सांगण्याचे तात्पर्य, प्रत्येक घटना पुढच्या घटनेची तयारी असते. आपल्या आयुष्यात घडणारी प्रत्येक घटना आपल्या दिव्य योजनेनुसारच घडत असते, ही जाणीव आपण नेहमी बाळगायला हवी. 'माझ्यासोबतच असे का होते आहे', असा विचार न करता खाली दिल्यानुसार ठोस पावले उचलायला हवीत.

- सर्वप्रथम प्राप्त परिस्थितीला 'ईश्वर इच्छा' समजून तिचा स्वीकार करा.
- त्या परिस्थितीसाठी ईश्वराकडे 'माझ्या ज्या कर्मबंधनामुळे ही समस्या आली आहे, त्यासाठी मला क्षमा करा', अशी क्षमायाचना करा.
- त्या कठीण परिस्थितीतही भक्तिभावाने सर्वोत्तम प्रतिसाद द्या. चांगला व्यवहार करा आणि 'ईश्वर इच्छा पार्ट टू'साठी प्रार्थना करा.

असे करण्याची समज प्रगल्भ होण्यासाठी इच्छेविरुद्ध घडणाऱ्या प्रत्येक घटनेत फक्त एकच प्रश्न विचारायचा आहे,'तुझी जी इच्छा आहे, तीच माझीदेखील इच्छा आहे का?' हा प्रश्न विचारून आपण स्वत:लाच जागृत करायचे आहे. खऱ्या अर्थाने जागृत झाल्यानंतर तुम्ही या दु:खरूपी भ्रमित, दिखाऊ सत्यात फसणार नाही.

आता आपण एक प्रयोग करू या. आपल्या गतकाळातील त्या घटना ध्यानक्षेत्रात आणू या, ज्यांच्याविषयी तुमचे मन ईश्वराप्रति तक्रार करत होते की,'परमेश्वरा, माझ्याचबरोबर असं का?... मी असं कोणतं पाप केलंय, ज्याची शिक्षा तू मला देतोस?...' जरा विचार करून बघा. या त्रासदायक अडचणी आल्यानंतर आपला विकास कसा झाला? आपल्यात कोणते नवे गुण विकसित झाले, जे आधी नव्हते? त्या वेळी आपण असे कोणते योग्य निर्णय घेतले, ज्यांचा लाभ आज आपल्याला होतोय?

अशा प्रकारे मनन केल्यानंतर आपल्याला समजेल, ती घटना तुम्हांला खूप काही शिकवून गेली, जे आज आपल्यासाठी उपयुक्त ठरते आहे.

मनन प्रश्न

१. आता मी कोण आहे?

२. तुझी जी इच्छा आहे, तीच माझीदेखील इच्छा आहे का?

अध्याय ६

आग आणि कापूर यांचा संगम

गुरु-शिष्य मीलन

मनुष्यामध्ये जी गोष्ट मिळवण्याची पात्रता निर्माण होते, ती निर्विवादपणे त्याच्यापर्यंत पोहोचत असते. तसेच शिष्याची ज्ञान घेण्याची ग्रहण करण्याची पात्रता तयार होताच त्याच्या जीवनात गुरूंचे आगमन अटळ असते. अशाच प्रकारे विठ्ठल-रुक्मिणी यांच्या सुसंस्कारी संगोपनात त्यांच्या चारही मुलांची अंतिम सत्य प्राप्त करण्याची पात्रतादेखील वृद्धिंगत झाली. विशेषत: निवृत्तिनाथांचे प्रगाढ ज्ञान, त्यांचे संभाषणकौशल्य आणि त्यांच्यातील संतांसारखे सद्‌गुण पाहून हे दाम्पत्य अतिशय खूश होत होते. वयाच्या अवघ्या सातव्या व आठव्या वर्षीच निवृत्तिनाथ ज्ञानार्जनासाठी पूर्णपणे तयार झाले होते.

एकदा सर्व कुटुंबीय जंगलातून तीर्थयात्रेसाठी प्रवास करत असताना रात्रीच्या वेळी निवृत्तिनाथ मार्ग चुकले आणि ते आपल्या कुटुंबापासून वेगळे झाले. जंगलातून बाहेर पडण्याचा मार्ग शोधण्याच्या धावपळीत ते अंजनी पर्वताजवळ असलेल्या एका गुहेजवळ पोहोचले आणि जंगली प्राण्यांपासून संरक्षण व्हावे म्हणून गुहेच्या आत गेले. आत जाताच त्यांनी एक दृश्य पाहिले, एक योगी आपल्या दोन शिष्यांसह ध्यानमग्न अवस्थेत बसले होते. हे योगी म्हणजे इतर कोणी नसून नाथसंप्रदायाचे गुरू साक्षात् गहिनीनाथ होते.

निवृत्तिनाथांना पाहता क्षणीच, त्यांच्यातील प्रतिभा आणि तेजाचे दर्शन झाल्याने गहिनीनाथांनी त्यांना स्वत:चा परिचय दिला. गहिनीनाथांसारख्या महान योगी पुरुषाशी परिचय झाल्याने निवृत्तिनाथ अतिशय प्रसन्न झाले. एक शिष्य

जसा आपल्या गुरूला आणि गुरू आपल्या शिष्याला भेटायला उतावीळ असतो, तसाच हा प्रकार होता. गहिनीनाथांनी त्वरित त्यांना आपला शिष्य बनवून ज्ञान आणि योगमार्गाची शिकवण दिली.

जो शिष्य खऱ्या अर्थाने ज्ञान ग्रहण करण्यासाठी पात्र असतो, त्याच्यासाठी गुरूंचा एक मंत्र, एक उपदेश अथवा एक प्रवचनदेखील आत्मबोधप्राप्तीसाठी पुरेसे ठरते. निवृत्तिनाथ वयाने जरी नऊ-दहा वर्षांचे होते, तरी त्यांची आध्यात्मिक तयारी इतकी होती, की गुरूंची पहिली भेट, त्यांचा पहिला उपदेशच, त्यांना पुरेसा ठरला. निवृत्तिनाथ गुरूंच्या सान्निध्यात सात दिवस राहिले आणि तिथेच त्यांनी ज्ञानार्जन केले; आणि त्यांना अंतिम सत्य, स्वानुभवाची प्राप्ती झाली.

अंतिम सत्याची प्राप्ती झाल्यानंतर गुरूंची आज्ञा घेऊन ते पुन्हा आपल्या आईवडिलांकडे परतले. तिथे जाताच त्यांनी पाहिले की, आपला लहान भाऊ ज्ञानदेवातदेखील अंतिम सत्य प्राप्त करण्याची क्षमता तयार झाली आहे. हे जाणवल्यानंतर त्यांनी ज्ञानदेवांनाही दीक्षित केले. मग ज्ञानदेवांनीही बालपणीच योगात निपुणता प्राप्त करून अद्वैताचा सखोल अर्थ समजून घेतला. पुढे जाऊन ज्ञानदेव, संत ज्ञानेश्वर या नावाने प्रसिद्ध झाले.

संत ज्ञानेश्वरांनी प्रत्येक ठिकाणी आपले गुरुरूपी मोठे भाऊ निवृत्तिनाथांची अपार स्तुती केली, गुणगान केले. पुढे जाऊन त्यांनी *अमृतानुभव* ग्रंथात त्यांनी आपल्या गुरूविषयी लिहिले आहे -

'ज्ञान गूढ गम्य ज्ञानदेवा लाभले, निवृत्तीने दिले माझ्या हाती'

याचाच अर्थ, मला ज्ञानरूपी जे गूढ रहस्य उकलले आहे, ते ज्ञान निवृत्तीनेच मला प्रदान केले आहे. हाच उपदेश मग निवृत्तिनाथांनी सोपानदेवाला आणि मुक्ताबाईलाही दिला. अशा प्रकारे खूपच लहान वयात या चारही भावंडांना सद्‌गुरुंची प्राप्ती झाली आणि त्यानंतर त्यांनी आपली पात्रता सिद्ध केली व ते सत्य रूपात स्थापित झाले.

बेमिसाल गुरू आणि लाजवाब शिष्य यांचे छोटे पॅकेज

एखादा दहा-बारा वर्षांचा मुलगा महान योगी असून तो आठ-नऊ वर्षांच्या छोट्या मुलांना दीक्षा देतो आहे, याची तुम्ही कल्पना तरी करू शकता का? कारण या वयात असे ज्ञान ग्रहण करण्याइतपत बुद्धीही परिपक्व झालेली नसते; परंतु असे साक्षात घडले! तेही निवृत्तिनाथ आणि ज्ञानेश्वरांच्या बाबतीत. हेच ते

'बेमिसाल गुरू आणि लाजवाब शिष्य यांचे छोटे पॅकेज' होय. याहून मोठे पॅकेज म्हणजे रामकृष्ण परमहंस आणि स्वामी विवेकानंद या जोडीचे! या विलक्षण मुलांकडे पाहून आश्चर्याचे उद्‌गार निघतात, की 'मूर्ती लहान पण कीर्ती महान.'

आपल्या मुलांनीही असे ज्ञान ग्रहण करावे, असे आपल्याला वाटत असेल, तर आधी आईवडिलांनी ते आचरणात आणले पाहिजे. कारण मुले धाकदपटशा दाखवून शिकत नाहीत, तर घरातील मोठे लोक कसे वागतात, हे पाहून त्या गोष्टी ते लवकर ग्रहण करतात. त्या चारही मुलांनी अत्यंत बिकट परिस्थितीतही आपल्या आईवडिलांना सदैव ज्ञान आणि भक्तीच्याच मार्गावर चालताना पाहिले, प्रत्येक गोष्टीला 'ईश्वर इच्छा' समजून तिचा स्वीकार करताना पाहिले. त्यामुळे पुढे जाऊन त्यांनी त्याच मार्गावर त्यांच्या पावलांवर पाऊल ठेवले. त्याचबरोबर जगण्याची हीच उत्तम पद्धत आहे, हे जाणून त्यांनी ती अंगीकारल्याने ज्ञानग्रहण करण्याची पात्रताही त्यांच्या अंगी आली.

गुरू अग्नी तर शिष्य कापूर

संत निवृत्तिनाथ हे ज्ञानेश्वरांचे भाऊ होते, शिवाय त्यांच्यापेक्षा ते दोनच वर्षांनी मोठे; तरीही ज्ञानेश्वरांनी त्यांचे 'गुरू' हे स्थान कधी कमी लेखले नाही. त्यांच्या ग्रंथांत, ओव्यांत गुरू निवृत्तिनाथांची महती, त्यांची स्तुती सर्वत्र आढळते.

आपल्या गुरूंची स्तुती करताना ते म्हणतात,'तुम्ही माझ्या गुरूंना केवळ निवृत्त समजू नका, ते वृत्ती आणि निवृत्ती या दोहोंपलीकडे आहेत. ते परावर्तित आहेत. ते प्रत्येक अवस्थेपल्याड आहेत. त्यांना बंधनातून मुक्तही म्हणता येणार नाही, कारण ते बंधन आणि मुक्तीच्या पलीकडे आहेत.'

संत ज्ञानेश्वर शिष्याचे वैशिष्ट्य अधोरेखित करताना म्हणतात,'खरा शिष्य हा कापराप्रमाणे असतो. कापूर हा एक असा पदार्थ आहे, जो अग्नीच्या संपर्कात येताच जळून खाक होतो आणि धूर बनून उडून जातो. जळाल्यानंतर त्याचा मागमूसही राहत नाही. खरा शिष्यही असाच कापरासमान असतो. तो गुरूरूपी अग्नीच्या संपर्कात येताच त्यात विलीन होऊन स्वत:ही अग्नी बनून जातो. नंतर ना कापूर शिल्लक राहतो ना आग. म्हणजे अशी अवस्था की जिथे कोणीही गुरू नाही, आणि कोणीही शिष्य.'

याचाच अर्थ, जोपर्यंत अग्नीचा कापराला स्पर्श होत नाही, तोपर्यंत कापूर वेगळा दिसतो; पण जसा कापूर अग्नीच्या संपर्कात येतो, तसे दोन्हीही एकरूप

होतात, अद्वैत समाप्त होते. दोघे मिळून एकच होतात. अगदी अशाच प्रकारे जोवर शिष्य गुरूप्रति पूर्ण समर्पित होत नाही, तोवर त्यांच्यामध्ये द्वैतभाव, वेगळेपणाचा भाव कायम असतो. जोपर्यंत शिष्य कापूर बनून विलीन होण्यास तयार होत नाही, तोपर्यंत गुरूही अलग राहूनच ज्ञानाद्वारे त्याची पात्रता वाढवत राहतात. शिष्य जेव्हा पूर्णपणे समर्पित होण्यास, मुक्त होण्यास सिद्ध होतो, तेव्हा गुरू त्याला स्वत:मध्ये सामावून घेतात.

घर की मुर्गी दाल नहीं, मोर बराबर

'घर की मुर्गी दाल बराबर' ही म्हण आपण ऐकलीच असेल. याचाच अर्थ, सहजतेनं मिळालेल्या मौल्यवान गोष्टीचीही किंमत मनुष्याला नसणे.

काही लोकांच्या घरात उत्तम भोजन बनवले जाते; पण घरातल्या लोकांना ती चव, स्वाद आवडत नाही. ते चवीने खाल्ले जात नाही, कारण ते घरातल्या घरात कमी पैशांत, सहजासहजी उपलब्ध झालेले असते. पण तेच अन्न जेव्हा ते बाहेर एखाद्या नावाजलेल्या हॉटेलात जाऊन, पैसे खर्च करून खातात, तेव्हा त्यांना जास्त आनंद मिळतो. त्यांच्या चेहऱ्यावर एक वेगळेच समाधान दिसते. ते त्यांना खूप आवडते. त्याचप्रमाणे घरातलाच एखादा सदस्य आपल्याला प्रामाणिकपणे उत्तम सल्ला देत असेल, तरी आपण तो गांभीर्याने घेत नाही. पण तीच गोष्ट एखादी बाहेरची व्यक्ती सांगत असेल, तर आपण त्या गोष्टीचा गंभीरपणे विचार करतो. यालाच म्हणतात, घर की मुर्गी दाल बराबर.

परंतु संत ज्ञानेश्वरांबाबत मात्र असे नव्हते. त्यांच्यासाठी 'घर की मुर्गी मोर बराबर' होती, आणि ती मुर्गी नव्हती, तर मूर्ती, मंगलमूर्ती होती. म्हणून 'घर की मंगल मूर्ति मौन बराबर' अशी म्हणच त्यांच्यासाठी सार्थ ठरेल.

संत ज्ञानेश्वरांनी अशा भावाला गुरू म्हणून स्वीकारले ज्यांच्यासोबत ते खेळले-बागडले होते, शिवाय जे केवळ दोनच वर्षांनी त्यांच्यापेक्षा मोठे होते.

अशा भावाचा शिष्य बनणे आणि तेही केवळ सांगण्यापुरते नाही, तर प्रामाणिकपणे समर्पित भावाने, आज्ञाधारक शिष्य बनणे, ज्याच्यासाठी गुरूचं वचन म्हणजेच गीता आहे, गुरूच्या आज्ञेचे पालन करणे हाच ज्याचा धर्म आहे असा शिष्य बनणे, ही काही एवढी सोपी गोष्ट नव्हती. ही गोष्ट गुरूहूनही जास्त शिष्याची तयारी दर्शवते. निवृत्तिनाथांनी ज्ञान प्राप्त केल्याने ते तर तयारच होते. त्यांच्यासाठी तर ज्ञान देणे ही सहज, सोपी गोष्ट होती. त्यांच्याकडून तर

कुणीही जिज्ञासू ज्ञानार्जन करू शकत होते; परंतु आपल्या भावाकडून आदरपूर्वक ज्ञानार्जन करणे ही वैशिष्ट्यपूर्ण बाब ज्ञानेश्वरांनी सिद्ध करून दाखवली.

अन्यथा गुरूंचे निकटवर्ती किंवा त्यांच्या कुटुंबातील लोकांना वाटते, 'गुरू तर आमचेच आहेत... घरचेच आहेत... म्हणून त्यांची विशेष कृपादृष्टी आधी आमच्यावरच व्हायला हवी... आम्हांला काही खास (व्हीआयपी) ट्रीटमेंट मिळायला हवी...' असाच विचार करून गुरूंचे नातेवाईक आणि जवळचे काही शिष्यही तशी अपेक्षा करू लागतात. शिवाय, गुरूंनी माझ्या प्रश्नाचे उत्तरच दिले नाही... माझी बाजू ऐकूनच घेतली नाही... मला माझ्या मनाप्रमाणे सेवाच दिली नाही... असा विचार करून ते लगेच नाराजही होत होतात.

वास्तवात असे लोक गुरू-शिष्याच्या मर्यादांचे पालनच करू शकत नाहीत. कारण ते गुरूच्या शरीरालाच गुरू समजत असतात. त्यांच्याकडून जगरहाटीप्रमाणे वर्तणुकीची अपेक्षा बाळगतात. संत ज्ञानेश्वरांनी मात्र जगासमोर शिष्याच्या मर्यादेचे उदाहरण ठेवले. गुरू जरी कुणाचे मोठे भाऊ, मित्र, शेजारी, नातेवाईक असले, तरी त्यांचे स्थान, महत्त्व कमी होत नाही. अशीच मर्यादा श्रीरामांचे भाऊ– लक्ष्मण, भरत आणि शत्रुघ्न यांनीही पाळली होती. त्यांनी आपल्या मोठ्या भावाला नेहमी 'गुरुतुल्य' आदर देऊन सदैव त्यांच्या आज्ञेचे पालन केले, त्यांचा आदर राखला.

गुरू-शिष्याच्या प्रश्नोत्तरांनीच उपनिषदे बनतात

एखादा शिष्य जेव्हा लाख मोलाचे, महत्त्वपूर्ण प्रश्न विचारतो, तेव्हा जणू काही आश्चर्यच घडते. अशा प्रश्नांच्या उत्तरांद्वारे गुरू ज्ञान प्रदान करतात आणि अशा प्रश्नोत्तरांचीच मग उपनिषदे बनतात. उदाहरणार्थ, भगवद्‌गीतेत अर्जुनाने प्रश्न विचारले आणि श्रीकृष्णाने त्यांची उत्तरे दिली. श्रीरामाने प्रश्न विचारले आणि गुरू वसिष्ठांनी उत्तरे दिली, तेव्हाच *योगवासिष्ठ* हा ग्रंथ बनला. नचिकेताच्या आध्यात्मिक प्रश्नांना यमराजाने जी उत्तरे दिली, त्यांचे *कठोपनिषद* बनले, ज्यामुळे नचिकेताला 'स्व'बोध– आत्मज्ञानाची प्राप्ती झाली.

अशाच प्रकारे ज्ञानेश्वरांनीही आपल्या ज्ञानप्राप्तीच्या प्रवासात गुरू निवृत्तिनाथांना अनेक प्रश्न विचारले, ज्यांची निवृत्तिनाथांनी उत्तरे दिली आणि ती उपनिषदे बनली. परंतु दुर्दैवाची गोष्ट म्हणजे प्रत्येक उपनिषद लिहिले गेले नाही, त्याची कुठे नोंद झाली नाही; त्यामुळे ती कधी लोकांसमोर येऊ शकली

नाहीत. ज्ञानात भर घालणारे असे कितीतरी संवाद सुविधांच्या अभावामुळे लुप्त झाले. भगवान बुद्धांचेही अगदी थोडेच संदेश त्यांच्या शिष्यांनी लिहून ठेवले आणि कितीतरी विस्मृतीत गेले. मात्र काही संदेश जे दगडांच्या गुहांवर, शिळांवर कोरले गेले, ते पुढच्या पिढीपर्यंत पोहोचू शकले.

संत ज्ञानेश्वर म्हणजे 'निवृत्तिनाथ इन ॲक्शन'

संत ज्ञानेश्वर, निवृत्तिनाथ, सोपानदेव आणि मुक्ताबाई या सर्वांची आध्यात्मिक अवस्था एकसारखीच एकाच पातळीवरील होती. सगळेच आत्मसाक्षात्कारी होते, सर्वांची चेतना उच्च स्तरावर होती; परंतु संत ज्ञानेश्वरांच्या कीर्तीचा सुगंध जगभर पसरला. याचा अर्थ, इतर भाऊ-बहीण काही कमी होते असा होत नाही.

संत ज्ञानेश्वर अधिक प्रसिद्ध झाले, कारण ते पुढच्या फळीत खेळणारे खेळाडू होते. जसे, फुटबॉलच्या खेळात गोलपोस्टपर्यंत बॉल पोहोचवण्यात तर सर्वच खेळाडूंचा सहभाग असतो; पण नाव त्याचेच प्रसिद्ध होते, जो शेवटच्या क्षणी पुढे होऊन गोल करतो. याचमुळे संत ज्ञानेश्वरांचेही नाव झाले, कारण त्यांची पृथ्वीवरील भूमिकाही तेवढीच प्रखर होती, तेजस्वी होती....

तसे पाहिले तर, संत ज्ञानेश्वर म्हणजे कृतीतील निवृत्तिनाथ,'निवृत्तिनाथ इन ॲक्शन' आहेत. कारण ज्ञानेश्वरांनी जे काही कार्य केले, ते गुरूंच्या ज्ञानाने प्रेरित होऊन, त्यांच्या आज्ञेचे पालन करूनच. त्यांच्या भूमिकेचे दिग्दर्शक होते, निवृत्तिनाथ! म्हणून निवृत्तिनाथांनाही मौनातील ज्ञानेश्वर म्हणजे 'संत ज्ञानेश्वर इन मौन' असे संबोधले जाऊ शकते. कारण त्यांचे विचार, त्यांची आज्ञा संत ज्ञानेश्वरांनी आचरणात आणली, जगापुढे नेली.

कोणाला प्रसिद्धी मिळतेय वा कोणाला नाही, या गोष्टीने त्या चौघांनाही काहीच फरक पडत नव्हता. कारण आपल्या तुलना करणाऱ्या तुलनात्मक मनाला त्यांनी विलीन करून टाकले होते. सर्व एकच (ईश्वरच) आहेत, हे ते योग्य प्रकारे जाणत होते. म्हणून सदैव ते आपल्या आनंदात मग्न राहून आपापल्या भूमिकेनुसार अभिव्यक्ती करत होते.

मनन प्रश्न

१. गुरूंकडून ज्ञान घेण्याची आपली ज्ञानदेवांसारखी तयारी झाली आहे का?
२. गुरूंच्या आज्ञेचे पालन आपण किती प्रमाणात करता?

अध्याय ७

नि:स्वार्थ जीवनाचे भाव-बीज

देहान्त प्रायश्चित्त

रुक्मिणी आणि विठ्ठलपंत यांच्या आयुष्यात आता सत्य आणि भक्तीशिवाय अन्य कोणत्याही गोष्टीला महत्त्व राहिले नव्हते. म्हणून समाजाने वाळीत टाकल्यानंतरही त्यांना विशेष फरक जाणवला नव्हता. त्यांच्या चारही मुलांची आध्यात्मिक प्रगती पाहूनच ते अतिशय खूश होत होते. तसे पाहिले तर निवृत्तिनाथांनी आत्मबोधही प्राप्त केला होता आणि आता तेच ब्रह्मज्ञान ते ज्ञानदेवांनाही प्रदान करत होते. परंतु त्यांच्यामुळे या मुलांनाही सामाजिक बहिष्कार सहन करावा लागत असल्याने ते अतिशय चिंतित झाले होते. कारण त्या बहिष्कारामुळे त्यांच्या मुलांचे मुंज, उपनयन आदी संस्कार होऊ शकत नव्हते. याचाच अर्थ ते जानवे धारण करू शकत नव्हते.

धार्मिक प्रथा-परंपरेनुसार एका ब्राह्मणासाठी हा संस्कार होणे खूपच आवश्यक होते. जसा हत्याराशिवाय सैनिक तसा मुंजीशिवाय ब्राह्मण समजले जाई! असे होऊ नये म्हणून आपल्या मुलांच्या भविष्याची चिंता असल्याने विठ्ठलपंत वारंवार ब्राह्मणवर्गाकडे याचना करत होते, की किमान मुलांवरील बहिष्कार तरी हटवावा, त्यांची मुंज होऊ द्यावी. परंतु, त्यांच्या अथक प्रयत्नांनाही यश आले नाही, ब्राह्मणांना त्यांची जराही दया आली नाही.

'शास्त्रात तुमच्या या घोर अपराधासाठी कोणतंही प्रायश्चित्त सांगितलेलं नाही; त्यामुळे तुमच्या सर्व कुटुंबाला याची शिक्षा तर भोगावीच लागेल. तुमची मुलं ही संन्याशाची मुलं आहेत आणि संन्याशाच्या मुलांना आमच्या समाजात

कोणतंही स्थान नाही,' असेच उत्तर ते सतत देत होते.

पुनःपुन्हा नकारघंटा ऐकूनही विठ्ठलपंतांनी आपले प्रयत्न काही सोडले नाहीत, ते विनंती करतच राहिले. एके दिवशी अत्यंत कळकळीने विनवणी करून या अपराधासाठी कोणतेही आणि कितीही कठीण प्रायश्चित्त असले तरी ते स्वीकारण्याची तयारी त्यांनी दाखवली. त्यावर काही प्रतिष्ठित, पण अहंकारी ब्राह्मण त्यांना म्हणाले,'या कलंकित अपराधाचं प्रायश्चित्त केवळ देहान्त, मृत्यूच असू शकतं.' मग विठ्ठलपंतांनी विचार केला,'मी हे प्रायश्चित्त घेतलं नाही तर माझ्या मुलांचं भविष्य अंधकारमय होईल. त्यांचा 'जानवं (यज्ञोपवीत) धारण करण्याचा संस्कार' होणार नाही, त्यांना समाज कधीही स्वीकारणार नाही. असं होऊ नये, त्यांनी आयुष्यभर बहिष्कृत जीवन जगता कामा नये.' अशा विचारांनंतर त्यांनी देहान्त प्रायश्चित्त स्वीकारण्याचा निर्णय घेतला. रक्मिणीनेही त्यांच्यासोबत प्राणत्याग करण्याचा हट्ट धरला. एके रात्री जेव्हा मुलं झोपली होती, तेव्हा त्या चौघांना परमेश्वराच्या हवाली सोडून या पतिपत्नीने नदीत 'जलसमाधी' घेऊन प्राणत्याग केला.

या प्रायश्चित्ताबरोबरच त्यांची या जगाच्या रंगमंचावरील भूमिका संपुष्टात आली. अशा प्रकारे त्यांनी आपल्या संत-संतानांच्या पालकत्वाची भूमिका योग्य प्रकारे साकारली. त्यांना आपल्या मुलांकरिता जितका वेळ मिळाला, तो सार्थकी लावून त्यांनी महान कार्य पार पाडले. या चार महान विभूतींना जन्म देऊन, बालपणीच त्यांना अध्यात्माचे बाळकडू पाजून, दुःखातही आनंदी राहण्याची कला शिकवली.

त्या वेळी या चौघांचंही वय खूपच कमी होते. ज्या वयात मुलांना आईवडिलांची खरी गरज असते, त्याच वेळी ते पोरके झाले होते; तरीही या निर्दयी समाजाला त्यांची दया आली नाही. आईवडिलांनी प्रायश्चित्त घेतल्यानंतरही समाजाने मुलांना स्वीकारले नाहीच, शिवाय आता त्यांच्या डोक्यावरून मातापित्याचे छत्रही हरवले होते. केवढी ही दुर्दशा?

आपल्या धार्मिक वृत्तीच्या आईवडिलांचा अशा प्रकारे आकस्मिक अंत झाल्याने ज्ञानदेवांच्या मनात कित्येक प्रश्न थैमान घालू लागले होते. त्यांच्याकडून असा कोणता अपराध घडला असावा... कोणत्या गोष्टीसाठी त्यांना देहान्त प्रायश्चित्त घ्यावे लागले... एखाद्याने मुलांना जन्माला घातल्यानंतर त्यांची जबाबदारी टाळून संन्यास घेणे चांगले, की कोणा संन्याशाने मुलांना जन्माला घालून त्यांचे

दायित्व पत्करणे योग्य? यापैकी कोणती गोष्ट श्रेष्ठ, हे त्यांच्या लक्षात येत नव्हते. अशा एक ना अनेक प्रश्नांचे मोहोळ त्यांच्या मनात घोंघावत होते. ज्यांची उत्तरे देऊन त्यांचे बंधू- गुरू निवृत्तिनाथ त्यांना समजावत असत.

अशा प्रकारे दिवस जात होते आणि ही ज्ञानी संत वृत्तीची मुले कोणत्याही सुखसोयींशिवायही समाधानी वृत्तीने जगत होती. त्या वेळी त्यांच्याकडे केवळ दोनच गोष्टी उपलब्ध होत्या, 'सत्य आणि साहस'. लहानपणापासूनच या चौघांमध्ये या गोष्टी ठासून भरलेल्या होत्या. ते सत्यप्रेमी असल्याने समाजाकडून मिळणाऱ्या कुठल्याही मानसन्मान, सुखसोयींवर त्यांचे आंतरिक समाधान अवलंबून नव्हते. त्यांचा परस्परांतील सत्यसंघ, आंतरिक समज आणि सत्याविषयीचे त्यांचे अपार प्रेम हेच त्यांच्या आत्मानंदाचे कारण होते.

महाकपट कर्माची बंधने

विठ्ठलपंतांकडून गुरूंशी खोटे बोलल्याने महाकपट करण्याची घोडचूक घडली होती आणि त्याचे फळ म्हणून त्यांना देहान्ताचे प्रायश्चित्त घ्यावे लागले. याचाच अर्थ, प्रत्येक कर्म हे बंधनात बांधतेच; मग ते चांगले असो वा वाईट. चांगल्या कर्माचे फळ चांगले, तर वाईट कर्माचे फळ वाईटच येणार, यात शंकाच नाही. हा निसर्गाचा अलिखित नियम आहे. मनुष्य जसा विचार करतो, जशी त्याची कर्मे असतात, तशीच फळे त्याला भावी आयुष्यात प्राप्त होतात. तशाच घटना त्याच्या जीवनात घडतात आणि या गोष्टी निसर्गात स्वचलित- स्वघटित असतात. विठ्ठलपंतांकडून कपट घडल्याने त्यांना प्रायश्चित्त घ्यावे लागले आणि त्यामुळेच त्यांच्या मुलांच्या आयुष्याला कलाटणी, नवी दिशा मिळाली.

आध्यात्मिक आणि संतवृत्तीच्या ज्ञानदेवांच्या मनात आईवडिलांच्या मृत्यूनंतर मानव समाजाची चेतना कशी वाढेल, सर्वांचे ज्ञानचक्षू कसे उघडतील, असे अनेक प्रश्न निर्माण झाले. समाजाची चेतना वाढवण्याच्या या भाव-बीजांनी त्यांना ते महान कार्य करण्याची ऊर्जा, प्रेरणा मिळाली. असा मार्ग त्यांच्या दृष्टीस पडला, जे करण्यासाठीच ते जणू पृथ्वीवर अवतरले होते. अशा प्रकारे समाजाच्या उद्धारासाठी आपले योगदान देऊन विठ्ठलपंत आणि रुक्मिणी यांनी या जगाचा निरोप घेतला.

संत-संतानाच्या जीवनातून उपजलेले प्रश्न

आता ज्ञानदेव आणि त्यांच्या भावंडांचा त्यांच्या दिव्य योजनेनुसार पुढील टप्प्यातील प्रवास सुरू झाला. त्यांच्या आयुष्याचा एक नवीन अध्याय, नवीन पर्व सुरू झाले. ज्यात त्यांना लोकांसमोर त्यांच्या जीवनाविषयीचे कितीतरी प्रश्न मांडायचे होते. आयुष्य जगताना कितीही उणिवा भासल्या; कष्ट, यातना सहन कराव्या लागल्या, तरी सत्याच्या मार्गावरून ते जराही विचलित झाले नाहीत, डगमगले नाहीत. मग तुम्ही असे करू शकत नाही का, हा प्रश्न त्यांना सर्वांसमोर उपस्थित करायचा होता.

सत्यमार्गावर वाटचाल टाळण्यासाठी लोकांकडे अनेक कारणे, सबबी असतात. 'एवढ्यात कुठे... अजून वय खूप कमी आहे... एवढ्या लहान वयात अध्यात्मातील मोठमोठ्या गोष्टी कशा समजणार... आधी हे अमुक तर होऊन जाऊ दे... ते तमुक व्हायचंय... ते झाल्यानंतरच काहीतरी शक्य होईल....' अशा सबबी सांगणाऱ्यांपुढे ज्ञानेश्वरांचे उदाहरण ठेवले तर लक्षात येईल, की 'एवढी छोटी मुले जर असे महान कार्य करू शकली, तर मग तुम्ही-आम्ही का नाही? जर ठरवले, तर आपणही हे साध्य करू शकतो.'

सुदैवाने आजच्या काळातील तरुण पिढीमध्ये आध्यात्मिकतेबाबत बरीच जागृती होत असलेली दिसते. त्यांना सत्य जाणण्याची तितकीच उत्कंठाही आहे; पण त्यांच्यात असलेल्या वृत्तींमुळे आत्मबळ मात्र कमी पडते. त्यामुळे इच्छा, ऊर्मी असूनही त्यांचे पाय पुन्हा मागे खेचले जातात. आज कॉम्प्युटर आणि गॅजेट्सच्या युगात मनाला भुरळ पाडणारी इतकी साधने उपलब्ध आहेत की मनुष्य सहजपणे त्यांच्या आहारी जाऊन भरकटू शकतो. आयुष्यात जेव्हा असे नाजूक क्षण येतात, तेव्हा मनुष्य विचार करतो की, सत्यमार्गावरून चालणे अशक्यप्राय गोष्ट आहे. जगरहाटीत असे पवित्र, शुद्ध जीवन आम्ही जगूच शकणार नाही.

अशा वेळी संत ज्ञानेश्वरांच्या चरित्रातून आपल्याला बोध मिळू शकतो की, आपल्या अडचणी या त्यांच्यापेक्षाही जास्त आहेत काय? त्या मुलांनी इतके सारे सहन केलं, मग आपण थोडासुद्धा त्याग करू शकत नाही काय? कोणत्याही साधनसुविधेशिवाय ते जगले, आपण सत्यमार्गावर चालण्यासाठी आपले ऐशआराम, सुखसुविधा आणि खोट्या महत्त्वाकांक्षांशी थोडीसुद्धा तडजोड करू शकत नाही काय?

'असे का?' ज्ञानेश्वरांचा प्रश्न

लोकांनी भले कितीही त्रास दिला, समाजाने वाळीत टाकले, तरी आईवडिलांच्या प्रेमळ छत्रछायेत ही चारही मुले सुरक्षितपणे जगत होती; परंतु अचानक पालकांचा अशा प्रकारे मृत्यू पाहून लहानगे ज्ञानेश्वर व्याकूळ झाले. त्यांच्या अंतर्यामी अनेक प्रश्नांचे मोहोळ उठू लागलं. ते विचार करू लागले,'माझे आईवडील तर सज्जन होते, संत प्रवृत्तीचे होते. साधनेत मग्न असायचे. मग त्यांच्याकडून नेमकी कोणती चूक घडली? समाजाने त्यांना इतकं क्रूरपणे का वागवलं? कोणत्या अपराधासाठी त्यांना देहान्त प्रायश्चित्ताची कठोर शिक्षा दिली? आमच्या आईवडिलांशी समाज असा क्रूरपणे का वागला?'

ज्ञानदेवांमध्ये प्रश्न विचारून, त्यांची उत्तरे जाणून घेण्याची पात्रता निर्माण झाली होती. आणि त्यांच्या प्रश्नांची उत्तरे देण्यासाठी योगायोगाने आता घरातच गुरू निवृत्तिनाथही उपलब्ध होते. त्यांनी ज्ञानदेवाला समजावून सांगितले,'चूक समाजाची नाही, तर त्यांच्यातील अज्ञानाची आहे. समाजापर्यंत सत्याचे दर्शन करून देणारे ते ज्ञान अद्याप पोहोचलेलेच नाही, ज्याने त्यांचे अज्ञान आणि चुकीच्या धारणा, प्रथा-परंपरा दूर व्हाव्यात. कारण आज ज्ञान ज्या संस्कृत भाषेत उपलब्ध आहे, ती सामान्य लोकांची भाषा नसल्याने त्यात काय सांगितले आहे, त लोक नीट समजू शकत नाहीत. शिवाय, जे काही थोडे लोक ते समजू शकतात, ते त्याप्रमाणे आचरण करत नाहीत. ब्राह्मण लोक स्वतःच्या फायद्यासाठी ते ज्ञान भोळ्याभाबड्या जनतेपर्यंत पोहोचू देत नाहीत. कारण त्यांनी ज्ञानाला आपल्या सोयीनुसार बदलून स्वतःच्या उदरनिर्वाहाचे साधन बनवले आहे. म्हणून त्यांनी असेही काही नियम बनवले आहेत, की,'ब्राह्मणांशिवाय अन्य कोणीही वेद-पठण करू शकत नाही... स्त्रियांना तर ते वर्ज्यच आहे... मुंज झाल्याशिवाय जानवे धारण केल्याशिवाय कोणीही ज्ञानार्जन करण्यासाठी आणि इतरांना ते ज्ञान देण्यासाठी ते पात्र नाहीत...

'परंतु वस्तुस्थिती अशी आहे, की जर लोकांना त्यांच्या व्यवहारी बोलीभाषेत ज्ञान मिळाले तर ते आचरणात येईल. आचरणात आले तर ते चुकीच्या धारणांतून, पूर्वग्रहांतून, त्यांच्या अज्ञानातून मुक्त होतील. त्यानंतरच त्यांच्या चेतनेचा स्तर वाढून ते योग्य-अयोग्याचा शोध घेऊ शकतील. आपल्यासाठी चांगले काय नि वाईट काय, हेही त्यांना समजू शकेल. कौटुंबिक, सामाजिक जबाबदारीपासून पलायन करून संन्यासी बनणे चांगले, की संन्यासी बनल्यानंतरही पुन्हा गृहस्थ

बनून संत-संतानांना जन्म देणे चांगले, याविषयीचे ज्ञान त्यांना प्राप्त होईल. शिवाय, या दोन्ही पलीकडचा असलेला 'तेजसंसारी' मार्गही सर्वांसाठी खुला होऊ शकेल. अशा प्रकारे ज्ञानदेवांना आपल्या आत्मज्ञानी, परमयोगी गुरू निवृत्तिनाथांद्वारे योग्य मार्गदर्शन आणि त्यांच्या सर्व प्रश्नांची उत्तरे मिळू लागली.

मनन प्रश्न

१. द्वेषाचे उत्तर प्रेमाने देण्याचे साहस तुमच्यात आहे का?

२. हा अध्याय वाचण्यापूर्वी आपण 'पापाचा द्वेष करा, पापी मनुष्याचा नाही' या विधानाशी कितपत सहमत होता? आणि आता किती सहमत आहात? याबाबत आत्मविश्लेषण करा.

अध्याय ८

नि:स्वार्थ जीवनाची सुरुवात
बोधिसत्त्व अवस्था

मातापित्याच्या मृत्यूनंतर 'असे का घडले?' या प्रश्नाचे उत्तर ज्ञानदेवांना गुरू निवृत्तिनाथांकडून मिळाले. त्या उत्तराने त्यांच्या मनात आणखी एक प्रश्न निर्माण झाला– समाजातील लोकांच्या अज्ञानमूलक विचारांना दिशा कशी देता येईल, त्यांचे विचार कसे बदलता येतील? मग याच प्रश्नाने त्यांच्या जीवनाला कलाटणी मिळून उच्चतम लक्ष्य बहाल केले– अज्ञानरूपी झोपेची दुलई ओढून घेतलेल्या समाजाला जागृत करण्याचे लक्ष्य.

खरे तर ही चारही भावंडे अगदी पहिल्यापासूनच जागृत होती, त्यामुळे त्यांना समाजाची काळजी, चिंता करण्याची काही एक आवश्यकता नव्हती; परंतु तरी त्यांनी ती केली. कारण त्यांच्यात माझे-तुझे, मी-तू हा द्वैतभाव उरला नव्हता. त्यांच्या दृष्टीत 'दुसरे' असे कोणी नव्हतेच. नि:स्वार्थ भावनेतून मानव-समाजाचे कल्याण करणे ही आता त्यांच्या अव्यक्तिगत जीवनाची अभिव्यक्ती होती, तेच त्यांचे कार्यक्षेत्र होते.

परंतु या उद्दिष्टपूर्तीसाठी त्यांना पहिले पाऊल टाकावे लागणार होते, ते म्हणजे 'कोणत्याही प्रकारे पुन्हा समाजाचा एक भाग बनणे, त्यांच्यात सहभागी होणे. कारण त्यांच्यातीलच एक झाल्याशिवाय समाजात जागृती आणणे शक्य होणार नव्हते. ज्याप्रमाणे एखाद्या गढूळ तलावाला स्वच्छ करण्याकरिता आधी त्या तलावात उतरावे लागते, त्याचप्रमाणे समाजजागृतीसाठी त्यांचाच एक हिस्सा बनणे आवश्यक होते. त्यामुळे त्यांनी पुन्हा समाजात सामावले

जाण्यासाठी प्रयत्न सुरू केले. त्यात त्यांना केवळ यशच मिळाले असे नाही, तर त्यामुळे बालक ज्ञानदेवांचे रूपांतर संत ज्ञानेश्वरांत झाले आणि पुढे समाजात ते त्याच नावाने प्रसिद्धही झाले. हे सारे कसे साध्य झाले, त्याची कथा आता जाणून घेऊ या.

रेड्यामुखी मंत्रोच्चारण

विठ्ठलपंत आणि रुक्मिणी मातेच्या देहान्तानंतरही समाज या भावंडांना कुठल्याही प्रकारचे सहकार्य द्यायला तयार नव्हता. ज्या शुद्धीकरणासाठी आणि यज्ञोपवीत धारण करण्याचा - मुंज विधी व्हावा म्हणून त्यांच्या आईवडिलांनी देहत्याग केला होता, वास्तविक पाहता त्या शुद्धीकरणाची निवृत्तिनाथांना कधी गरजच भासली नव्हती. त्यांना आपल्या अनुभवांतून स्पष्टपणे दिसत होते, की ते आधीच शुद्ध आहेत. आणि त्यासाठी त्यांना कुठल्याही प्रमाणपत्राचीदेखील आवश्यकता नव्हती. परंतु सगळ्यांचेच म्हणणे होते की, हे शुद्धिपत्र मिळाल्यानंतरच ते चौघे समाजातील लोकांमध्ये मिळूनमिसळून लोककल्याणाचे समाजकार्य करू शकतील.

मग निवृत्तिनाथही नियतीची ही इच्छा पूर्ण करण्यासाठी आळंदीच्या ब्राह्मणांकडे गेले आणि त्यांना विनंती केली, की तसे शुद्धिपत्रक त्यांनी द्यावे. पण त्यांनी नकार दिला आणि सांगितले,'शास्त्राच्या पुढे जाऊन आम्ही असा कोणताही निर्णय घेऊ शकत नाही, कारण ते आमच्या अधिकारक्षेत्रातच नाही. मात्र, पैठणच्या धर्मपीठाकडे याबाबतचे अधिकार आहेत. धर्माविरुद्ध घडलेल्या आचरणावर विचारविनिमय करून त्यावर स्वतंत्रपणे निर्णय घेतला जाऊ शकतो. म्हणून तुम्ही पैठणला जाऊन तेथील धर्मपीठाकडे या शुद्धिपत्रासाठी निवेदन करा.' अशा प्रकारे तेथील ब्राह्मणांचा हा प्रस्ताव स्वीकारून ज्ञानदेव आणि निवृत्तिनाथांनी त्यांच्याकडून निवेदनासाठीचे पत्र घेतले आणि ती भावंडे पैठणसाठी रवाना झाली.

तेथे पोहोचल्यानंतर मात्र आळंदीच्या ब्राह्मणांप्रमाणेच पैठणच्या धर्मपीठा-समोरही धर्मसंकट उभे राहिले. त्यांनीही या निर्णयावर भरपूर चर्चा केली. शेवटी असानिर्णय झाला, की 'ही चारही मुले अत्यंत तेजस्वी आणि ज्ञानी आहेत, शिवाय यांच्या आईवडिलांनी देहान्त प्रायश्चित्तही घेतले आहे. तेव्हा यांच्याकडून काही प्रतिज्ञा करून घेऊन त्यांना पुन्हा समाजात सहभागी करून घ्यावे.'

धर्मपीठाने मुलांना काही प्रतिज्ञा करण्यास सांगितले. जसे, ते आयुष्यभर ब्रह्मचर्यव्रताचे पालन करतील, सत्य-अहिंसेचा मार्ग पत्करतील, या अटी त्या भावंडांनी सहर्ष स्वीकारल्या. परंतु, धर्मपीठाकडून काही अटी अशाही घालण्यात आल्या, की ते समाजातील जातिव्यवस्थेच्या नियमांचा आदर करतील. ब्राह्मणांव्यतिरिक्त अन्य कोणाला वेदशास्त्राचे ज्ञान देणार नाहीत. या अटी मात्र ज्ञानदेवांनी मुळीच मान्य केल्या नाहीत. त्यामुळे त्यांचा त्या ब्राह्मणांशी वादविवाद झाला.

ज्ञानेश्वरांचे म्हणणे होते,'प्रत्येक जीवात त्याच एका परम चैतन्याचे वास्तव्य आहे. सर्वत्र त्याच परमेश्वराचा वास आहे. मनुष्य तर सोडाच; पण कुठल्याही पशुपक्ष्यांत किंवा अन्य प्राणिमात्रांत हा भेदभाव नाही. मग असे का?'

ज्ञानेश्वरांच्या तोंडून या गोष्टी ऐकून तिथे जमलेली ब्राह्मणमंडळी संतापाने लालेलाल झाली आणि त्यांचा कडाडून विरोध करू लागली. त्याच वेळी तिथून एक रेडा चालला होता. तेव्हा जमलेल्या ब्राह्मणांनी ज्ञानेश्वरांना आव्हान दिले, की 'जर तुझा आणि या रेड्याचा अंतरात्मा एक आहे, तुमच्यात एकाच परमेश्वराचा वास आहे, तर याच्या मुखातूनही तुझ्यासारखेच काही वदवून दाखव.' संत ज्ञानेश्वरांनी त्वरित हे आव्हान स्वीकारले आणि त्या रेड्यासमोर वेद-मंत्र उच्चारायला सुरुवात केली; आणि काय आश्चर्य! काही वेळातच तो रेडाही तेच मंत्र उच्चारू लागला, जे ज्ञानेश्वरांनी म्हटले होते. हा अद्‌भुत चमत्कार पाहून उपस्थित सर्व लोक त्या दिव्य बालकासमोर नतमस्तक झाले. शिवाय, त्या रेड्याला जेव्हा चाबकाने मारले, तेव्हा त्याचे वळ संत ज्ञानेश्वरांच्या पाठीवरही उमटले, असेही काही ठिकाणी लिहिलेले आढळते.

या घटनेने सर्व ब्राह्मणांचा अहंकार नष्ट झाला. तिथे उपस्थित असलेल्या कित्येक ब्राह्मणांना आपल्या वर्तणुकीचा पश्चात्ताप झाला आणि ज्ञानदेवांसमोर ते समर्पित झाले. अशा तऱ्हेने काही क्षणांतच सगळे वातावरण प्रेमाने आणि भक्तिभावाने भरून गेले. या घटनेनंतर तेथील ब्राह्मणवर्गाने या चारही भावंडांना उच्चासन देऊन त्यांचा यथोचित आदर सत्कार केला, शिवाय त्यांना हवे तसे शुद्धिपत्रही दिले. या घटनेच्या कीर्तीचा सुगंध चहू दिशांना पसरला. त्यानंतर त्या भावंडांना केवळ समाजमान्यताच नव्हे, तर मानसन्मान, आदरही मिळू लागला. ज्ञानदेव आता 'संत ज्ञानेश्वर' या नावाने सर्वत्र प्रसिद्ध झाले. या चारही विद्वान भावंडांना बघण्यासाठी दिवसेंदिवस लोकांची गर्दी वाढू लागली. एवढ्या

कमी वयात इतके गाढ ज्ञान आणि त्यांची विद्वत्ता पाहून सर्व जण थक्क होत. ते जनसामान्यांच्या भाषेत अगदी सहज आणि सर्वांना समजेल अशा सोप्या शब्दांत सर्व जातिधर्मांच्या लोकांना ज्ञान देऊ लागले. त्यामुळे कोणत्याही वर्गाचा, धर्माचा, जातीचा मनुष्य सहजपणे त्यांच्याशी जोडला जात होता. प्रत्येक जण त्यांना एकच विनंती करत असे की त्यांनी काही मार्गदर्शन करावे. 'सांसारिक बंधनातून मुक्ती कशी मिळवावी? मोक्षप्राप्ती कशी होईल?' यावर प्रत्येक जण त्यांच्याकडून उपदेश घेऊ लागला.

अशा प्रकारे ते आपल्या मधुर भाषणाने ज्ञानाचा, भक्तीचा प्रचारप्रसार करू लागले. इतकेच नव्हे, तर समाजात पसरलेले अज्ञान, भेदभाव, चुकीच्या धारणा आणि कर्मकांडांचाही त्यांनी कडाडून विरोध केला. समाजात जागृती करण्याचे त्यांचे जे सर्वोच्च ध्येय होते, त्याचीही सुरुवात झाली होती.

चमत्काराला नमस्कार

सर्वप्रथम सदर प्रसंगात समजून घेण्याची गोष्ट ही आहे, की ही चारही भावंडे परमज्ञानी आणि योगी होती. वास्तविक त्यांना कुठल्याही प्रकारच्या शुद्धिपत्रकाची अथवा चमत्काराच्या आधाराची गरज नव्हती. कारण ते परमशुद्ध तत्त्व आहेत आणि इतर सर्व जणही त्यांच्याप्रमाणेच आहेत; परंतु त्यांच्या बाबतीत जे घडत होते, ते केवळ ईश्वराच्या लीलेचा एक भाग होते, हे त्यांना ठाऊक होते.

समाजाचे कल्याण व्हावे, समाजातील विषमता दूर व्हावी, भेदभाव मिटून तळागाळातल्या लोकांनाही परमज्ञान मिळावे म्हणून ते या लीलेचा, खेळाचा एक भाग बनले होते एवढेच! समाजकल्याणाकरिता लोकांचे लक्ष वेधून घेण्यासाठी त्यांनी काही चमत्कारही केले. पण त्यामागील हेतू केवळ लोकांनी त्यांना ऐकून, अंतिम सत्य जाणावे, हाच होता.

सर्वसाधारणपणे अज्ञानामुळे लोकांचे विचार कुंठित आणि कट्टर बनलेले असतात, तेव्हा लोकांना खडबडून जाग आणण्यासाठी अशा एखाद्या चमत्काराची आवश्यकता भासते. ज्यायोगे ते त्यांच्या बुरसटलेल्या विचारातून बाहेर पडून काही वेगळा विचार करायला प्रवृत्त होतील. पृथ्वीवर वेळोवेळी विभिन्न सिद्ध पुरुषांच्या माध्यमातून ईश्वराद्वारे (सेल्फ) असे अनेक चमत्कार घडवले गेले, लोकांच्या विचारांना वेगळी दिशा मिळून, त्यांनी सत्य जाणून घ्यावे, हा त्यांचा हेतू होता. जसे, येशू ख्रिस्त, गुरुनानक, साईबाबा, गोरक्षनाथ आणि संत

ज्ञानेश्वर यांनीही चमत्कार दाखवले. तसे पाहिले तर आपल्या आवतीभोवती आणि आपल्या स्वत:मध्येही अनेक चमत्कार वेळोवेळी होत असतात; परंतु आपल्याला ते बघण्याची सवय नसल्याने ते जाणवत नाहीत. इतकेच काय, पण तिकडे आपले कधी लक्षही जात नाही. उदाहरणार्थ, संपूर्ण ब्रह्मांडात कोटी-कोटी ग्रह, उल्का, सूर्य-तारे स्वत:भोवती एका लयीत फिरत असतात. पृथ्वीदेखील गुरुत्वाकर्षणाच्या नियमानुसार तिच्या लयीत फिरत असते. एका छोट्याशा बीजात संपूर्ण जंगल निर्माण करण्याची क्षमता असते. मग हा चमत्कार नव्हे, तर आणखी काय आहे?

आपल्या शरीराची निर्मिती, त्याची व्यवस्था आणि संचालन या गोष्टीही एखाद्या चमत्कारापेक्षा काही कमी नाहीत; पण याबाबत आपल्याला कधी आश्चर्य वाटते का? नाही. पण अशातच जेव्हा एखादी विलक्षण, चमत्कारिक घटना आपल्यासमोर येते, तेव्हा आपली बधिरता नाहीशी होऊन आपल्यात सजगता येते. मग आपोआपच आपले लक्ष तिकडे वेधले जाते. संत ज्ञानेश्वरांनीही लोकांना जागृत करण्यासाठी आपल्या शरीराद्वारे चमत्कार होताना पाहिले; परंतु ते त्या चमत्काराचे कर्ता नाहीत, हे त्यांना ठाऊक होते.

संत ज्ञानेश्वरांची बोधिसत्त्व अवस्था

चमत्काराची ही घटना संत ज्ञानेश्वरांच्या बोधिसत्त्व अवस्थेकडे निर्देश करते. बोधिसत्त्व ही ती अवस्था आहे, जिथे मनुष्याला अंतिम सत्य गवसण्यापूर्वी नियती त्याला करुणा, दया वाटण्याचे प्रशिक्षण देते. बोधिसत्त्व अवस्था प्राप्त झालेल्या मनुष्याच्या अंतरंगात नेहमी हेच विचार असतात, की 'मला ज्ञान मिळावे ते इतरांच्या कल्याणासाठीच, आत्मसाक्षात्कार व्हावा, तोही जगाच्या कल्याणासाठीच. एवढेच काय, पण माझी प्रत्येक कृती ही समाजातील सर्वांच्या हितासाठीच असावी.', अशाच भावना प्रबळ असतात. याच भावनेतून संत ज्ञानेश्वरांकडून जे काही चमत्कार घडले, ते नेहमी इतरांच्या कल्याणासाठीच घडले. त्यांनी सिद्धींचा प्रयोग स्वत:साठी कधीही केला नाही.

एखादा सामान्य मनुष्य विचार करतो,'मला सत्य मिळाले तर माझे कल्याण होईल... मी दु:खमुक्त होईन.' परंतु बोधिसत्त्वाची अवस्था प्राप्त मनुष्य साक्षात करुणेची मूर्ती बनतो. इतरांचे कल्याण हेच सर्वस्व समजतो. गौतम बुद्धांनीही लोककल्याणासाठीच सगळ्या सुखांचा त्याग केला होता ना!

सामान्य मनुष्य जेव्हा स्वत:वर दु:ख ओढवते, आपत्ती कोसळते, तेव्हा त्यातून बाहेर पडण्यासाठी प्रयत्न करतो. परंतु बोधिसत्त्व अवस्थाप्राप्त मनुष्य कुणाचेही दु:ख बघून विचार करतो,'हे लोक असे दु:खी का राहतात? यावर मात करण्याचा काहीतरी उपाय असेलच ना?' तो सतत सर्वांच्या दु:खमुक्तीचाच मार्ग शोधत राहतो.

ज्या लोकांमध्ये इतरांचे दु:ख, समस्या, आजार बघून प्रश्न निर्माण झाले, ते जंगलात, पर्वतांवर गेले. तिथे त्यांनी अनेक वनौषधींचा शोध घेऊन अनेक व्याधींवर इलाज शोधले. इतरांना उपयोगी औषध शोधण्यासाठी त्यांनी आधी त्या औषधांचा स्वत:वरच प्रयोग करून पाहिला. स्वत:च्या प्राणाची पर्वा न करता ते सतत इतरांसाठी झटत राहिले.

बोधिसत्त्व अवस्था प्राप्त झालेल्याकडून जेव्हा योग्य प्रश्न निर्माण होतो, तेव्हा त्याचे उत्तर जगातील कुठल्याही कानाकोपऱ्यात असो, ते निर्विवादपणे त्याच्यापर्यंत पोहोचतेच! मग त्याच्या उत्तराने असे शोध लागतात, की ज्याचा लाभ संपूर्ण जगाला मिळतो. शिवाय, विश्वात असा कोणताही प्रश्न नाही, ज्याचे उत्तर उपलब्ध नाही. कारण प्रत्येक प्रश्न आपले उत्तर सोबत घेऊनच जन्माला येतो.

रेडा... निम्न चेतनेचे प्रतीक

महापुरुषांच्या जीवनाशी संबंधित काही विलक्षण घटनांमागे एखादे गहन रहस्य दडलेले असते. आकलनक्षमतेच्या अभावामुळे लोक केवळ ती कथा वारंवार उच्चारत राहतात; मात्र त्यामागे असलेला सखोल अर्थ समजू शकत नाहीत. अगदी याचप्रमाणे रेड्यामुखी मंत्र उच्चारण्याची कथा प्रचलित आहे.

या कथेत खरे तर रेडा म्हणजे निम्न चेतनेचे प्रतीक आहे. वास्तविक रेड्याला मूढ, जड बुद्धीचा प्राणी समजले जाते; पण संत ज्ञानेश्वरांचे रेड्यामुखी मंत्रोच्चारण करून घेणे असे दर्शवते, की एखाद्या निम्न चेतनेच्या जीवालाही जर त्याच्या आकलनानुसार त्याच्याच भाषेत ज्ञान दिले, तर हळूहळू त्याचीही चेतना वृद्धिंगत होऊ शकते. शिवाय, त्याला परम सत्याची समज प्राप्त व्हावी इतकी पात्रता त्याच्यात येऊ शकते.

वास्तविक कोणताही मनुष्य कुठल्याही चेतनेच्या स्तरावर असला, तरी ज्ञान प्राप्त करण्याची शक्यता कायम त्याच्यात असते. इतिहासात अशी असंख्य

उदाहरणे आढळतील. कुख्यात डाकू रत्नाकर महर्षी वाल्मीकी बनले, निर्दयी डाकू अंगुलिमाल भिक्षुक बनला. महत्त्वाकांक्षी, हिंसक सम्राट अशोक हिंसक मार्ग सोडून आध्यात्मिकतेच्या आणि परोपकाराच्या मार्गावर वाटचाल करू लागले.

तात्पर्य, एखाद्या माणसाची चेतना वर्तमानात कितीही कमी असली, तरी योग्य गुरूंद्वारे प्रकारे योग्य ज्ञान मिळाले, तर तो सत्यसाधक बनू शकतो, एवढी क्षमता त्याच्यात असते.

प्रत्येक प्राणिमात्रांत एकच ईश्वर आहे

कथेत पुढे असेही सांगितले जाते, की जेव्हा रेड्याला चाबकाने मारले तेव्हा त्याचे वळ ज्ञानेश्वरांच्या शरीरावर उमटले; यामागे खूपच गहन अर्थ दडला आहे, जो आपण आता समजून घेणार आहोत.

समजा, एखाद्या पांढऱ्याशुभ्र कागदावर काही पाच-पन्नास शब्द लिहिले आहेत. ते सगळे शब्द जरी वेगवेगळे असले, तरी त्यांना धारण करणारा पांढरा कागद मात्र एकच असतो. याचाच अर्थ, त्या सर्व शब्दांना परस्परांशी जोडून ठेवणारी पृष्ठभूमी एकच असते, जी त्यांना अर्थपूर्ण बनवते. आपण सर्व जण याच शब्दांप्रमाणे आहोत. विश्वातील आपण सर्व लोक कितीही वेगवेगळे भासत असलो, तरी आपली चेतना, आपला स्रोत एकच आहे, वैश्विक (युनिवर्सल सेल्फ) आहे. त्याच्याशीच आपण सर्व जोडलेले– संलग्न आहोत. मनुष्याचे सुख-दुःख, त्याचे विचार, त्याची कर्मे व्यक्तिगत नसून, जे घडते आहे ते सगळे त्या सर्वव्यापी चेतनेसोबत होत असते. वास्तवात प्रत्येक शरीराच्या माध्यमातून ती एकमेव चेतनाच तो अनुभव घेत असते.

आपली चेतना जशी एकच आहे, तसेच आपले मनदेखील वैश्विक आहे, एकच आहे. प्रत्येकाच्या भाव, विचार, वाणी आणि क्रिया यांचा परिणाम सूक्ष्म स्वरूपात का होईना; पण संपूर्ण सृष्टीवर होत असतो. त्याचप्रमाणे मारले रेड्याला आणि त्याचे वळ उठले ज्ञानेश्वरांच्या शरीरावर! ही बाबदेखील प्रत्येक प्राणिमात्र परस्परांशी संलग्न आहेत, याचेच द्योतक आहे. एखाद्या व्यक्तीसोबत घडलेल्या घटनेचा प्रत्यक्ष वा अप्रत्यक्ष परिणाम कळत-नकळत सर्वांवरच होत असतो.

काही लोकांचे नकारात्मक विचार संपूर्ण सृष्टीला प्रभावित करतात. उदाहरणार्थ, जगात मंदी आली आहे, असा विचार करणाऱ्या लोकांचे प्रमाण

वाढले तर लगेच मंदी आकर्षित होते. त्याचप्रमाणे काही लोकांचे सकारात्मक विचार सगळ्या सृष्टीला पेलण्याचे काम करतात. उदाहरणार्थ, लोक जेव्हा विश्वशांतीसाठी प्रार्थना करतात तेव्हा त्याचा परिणाम सगळ्या विश्वावर होत असतो. आपला प्रत्येक विचार, आपले प्रत्येक कार्य सगळ्या सृष्टीत योगदान देत असते.

मनन प्रश्न

१. आपल्या मनात इतरांच्या कल्याणासाठी जगण्याची आणि त्यांच्यासाठी प्रार्थना करण्याची भावना जागृत होते का?

२. आपल्याला इतरांसाठी नि:स्वार्थपणे काम करण्यात आनंद मिळतो का?

३. नि:स्वार्थ जीवन जगण्याची आपली कितपत तयारी आहे?

अध्याय ९

नि:स्वार्थ जीवनाची समज

प्रत्येक मूर्तीचा चेहरा... एकच

विश्वात कितीतरी लोक असे आहेत, जे नि:स्वार्थी जीवन जगत असतात. ते जणू इतरांसाठीच जगत असतात आणि प्रसंगी प्राण त्यागायलाही मागेपुढे पाहत नाहीत. पण या सर्व लोकांना बोधिसत्त्वाची अवस्था प्राप्त झाली आहे, असे म्हणता येत नाही. उदारहरणादाखल असे सांगता येईल, की काही लोक एखाद्या विशिष्ट ज्ञातिसमूहासाठी समाजघटकासाठी अविरत नि:स्वार्थपणे संघर्ष करत कार्यरत राहतात. मात्र, ते संपूर्ण मानव समाजासाठी असे करू शकत नाहीत, कारण ते स्वत:ला त्या विशिष्ट ज्ञातिसमूहाचे समाजघटकाचे प्रतिनिधी समजत असतात. एखाद्याचे जीवन नि:स्वार्थ असले तरी ते सर्वांसाठी उपयुक्त ठरत नाही.

एखादी स्त्री आपल्या कुटुंबीयांसाठी दिवसरात्र नि:स्वार्थपणे काम करत असते. त्या बदल्यात तिला कोणती अपेक्षाही नसते; पण जर तिला कुटुंबाव्यतिरिक्त इतरांसाठी काही काम करायला सांगितले, तर कदाचित ती त्यात प्रथम आपला फायदा पाहील, त्यामुळे तिच्या जीवनाला नि:स्वार्थ जीवन असे म्हणता येणार नाही. तिच्या नि:स्वार्थ भावना या केवळ तिच्या कुटुंबापुरत्याच मर्यादित असतात. याचाच अर्थ, बाह्यरूपात दिसत असलेले नि:स्वार्थ जीवन 'बोधिसत्त्व' अवस्थेतूनच प्रकटलेले असते, असे नाही, तर त्यामागे काही व्यक्तिगत इच्छा, आकांक्षा, आसक्ती असण्याची दाट शक्यताही नाकारता येत नाही. याउलट बोधिसत्त्व अवस्थाप्राप्त मनुष्याची 'हे विश्वची माझे घर' अशी अवस्था असते.

संपूर्ण जग हेच त्याचे कुटुंब बनलेले असते. आता तो स्वत:ला स्थळ, काळाच्या संकुचित सीमांमध्ये जखडून घेत नाही, तर 'तुझे-माझे' या संकुचित विचारातून बाहेर पडून विशाल कार्य करू लागतो. अशा प्रकारे नि:स्वार्थ जीवनामागची मूळ समज लक्षात येताच मनुष्यास बोधिसत्त्वाची अवस्था प्राप्त होते.

जर एखाद्या मनुष्याला कळले, की त्याच्याद्वारे, जी नि:स्वार्थ कर्मे होत आहेत, ती कोण आणि का करत आहे, कोणासाठी करत आहे, तर तो नि:स्वार्थ जीवनाचा पूर्ण आनंद घेऊन बोधिसत्त्वाची अवस्था प्राप्त करू शकतो, कारण या प्रश्नांच्या उत्तरातच नि:स्वार्थ जीवनाची मूळ जाणीव दडलेली आहे. मग त्याच्या पुढचे पाऊलही तो उचलू शकतो आणि ते म्हणजे 'स्वबोध' - आत्मज्ञान.

प्रस्तुत अध्यायात आपण मुक्ताबाईंच्या कथेच्या माध्यमातून हीच जाणीव प्राप्त करणार आहोत.

कणाकणांत विठ्ठलच सामावलेला

संत ज्ञानेश्वरांची लहान बहीण, मुक्ताबाई हीदेखील ज्ञानाच्या आणि भक्तीच्या उच्चावस्थेत पोहोचलेली होती. ती विठ्ठलाची परमभक्त असल्याने तिला प्रत्येक सजीव-निर्जीव वस्तूंमध्ये विठ्ठलाचेच दर्शन होत असे. जसे, ज्ञानेश्वरांनी रेड्याच्या मुखातून वेद वदवून 'प्रत्येक जीवात तोच एक परमात्मा आहे', या सत्याचे दर्शन घडवले. तेच सत्य मुक्ताबाईनेही आपल्या जीवनात अंगीकारले होते.

मुक्ताबाई जेव्हा एखादे सुंदर फूल बघत असे, तेव्हा ती म्हणायची,'अरे व्वा! विठ्ठल किती सुंदर दिसतोय.' अस्वच्छ पाण्यात एखादा किडा, कीटक बघायची तेव्हा म्हणायची,'बघा, विठ्ठल किती गलिच्छ झालाय...' अशा प्रकारे प्रत्येक प्राणिमात्रांत मुक्ताबाईला विठ्ठलाचेच दर्शन व्हायचे.

एकदा दिवाळीचे दिवस होते, त्या वेळी निवृत्तिनाथांना मांडे खाण्याची इच्छा झाली. त्यांनी मुक्ताबाईकडे आपली इच्छा प्रकट केली. मांडे बनवण्यासाठी जो खापराचा तवा लागतो, तो काही त्या वेळी मुक्ताबाईकडे उपलब्ध नव्हता.

तवा आणण्यासाठी ती कुंभाराकडे गेली; परंतु कुंभाराने तो देण्यास तिला नकार दिला. कारण विसोबा चाटी नावाच्या ब्राह्मणाने सर्वांना धमकावले होते, की कोणीही या संन्याशाच्या मुलांना मदत करायची नाही, त्यांना काही द्यायचं नाही. विसोबा चाटी हा आळंदी गावात राहणारा एक अहंकारी ब्राह्मण होता, जो या चारही मुलांना समाजाचा कलंक समजून त्यांचा द्वेष करायचा. तो

सुरुवातीपासूनच या कुटुंबीयांच्या विरुद्ध सगळ्या गावाला भडकावत असे आणि त्यांना मदत केली, तर तुम्ही पापाचे धनी व्हाल, अशी भीतीवजा धमकीही देत असे. तो या कुटुंबाची मानहानी करण्याची आणि त्यांना त्रास देण्याची एकही संधी सोडत नसे.

पैठणच्या धर्मसभेत या भावंडांना शुद्धिपत्र मिळाल्याने आणि ज्ञानेश्वरांकडून घडलेल्या चमत्काराने सर्वत्र झालेल्या चर्चेमुळे विसोबा चाटी आता तर त्यांचा जास्तच द्वेष करू लागला होता. ईर्ष्येने अंध झालेला विसोबा त्यांचा अपमान करण्याची संधीच शोधत असायचा आणि अखेर ती त्याला मिळालीच.

जेव्हा विसोबाला कळले, की मुक्ताबाई कुंभाराकडे मांडे बनवण्यासाठी लागणारा खापराचा तवा आणायला गेली आहे, तेव्हा तो लगोलग तिच्यामागे गेला आणि कुंभाराला उद्देशून म्हणाला,''खबरदार, जर तू हिला खापर दिलेस तर... तुला बघून घेईन...'' आता पाण्यात राहून मगरीशी वैर कशाला, असा विचार करून कुंभाराने विसोबाचे ऐकून मुक्ताबाईला खापर दिले नाही. त्यामुळे मुक्ताबाई घरी येऊन असहायपणे रडू लागली. ती विचार करत होती, वडीलबंधूंना मांडे खायची इच्छा झाली आहे; पण खापरच नाही तर आता मी ते कसे बनवू?

मुक्ताबाई असे अगतिकपणे रडत असलेली पाहून ज्ञानेश्वर गहिवरले, ते छोट्या मुक्ताला म्हणाले,''तू मांडे बनवण्याची तयारी कर, खापराची व्यवस्था मी करतो बघ...'' हे ऐकून मुक्ताबाई आनंदाने मांडे बनवण्याची तयारी करू लागली. आता संत ज्ञानेश्वरांनी आपल्या योगसिद्धीने स्वतःची पाठ खापराच्या तव्याप्रमाणे गरम केली, आणि ते मुक्ताबाईला म्हणाले,''आता तू खुशाल तुझे मांडे माझ्या या पाठीवर भाजू शकतेस.'' त्यानंतर मुक्ताबाईनेही तिचे सगळे मांडे त्यांच्या गरम पाठरूपी खापरावर भाजून घेतले. अशा प्रकारे खापराशिवायच सर्वांना मांडे खायला मिळाले आणि ते सर्व जण तृप्त झाले.

निवृत्तिनाथांनी जेव्हा या उच्च योगविद्येचा उपयोग मांडे शेकण्यासाठी करताना ज्ञानेश्वरांना पाहिले, तेव्हा त्यांनी त्यांना समजावून सांगितले,'ही महान योगविद्या असून तिचा खरा उद्देश केवळ ईश्वरप्राप्तीसाठीच आहे. तहानभूक, शारीरिक इच्छा आणि स्वार्थपूर्तीसाठी या विद्येचा उपयोग कधीही करू नये.' त्यानंतर ज्ञानेश्वरांनीही निवृत्तिनाथांचे म्हणणे मान्य करत या विद्येचा उपयोग क्षुल्लक कारणासाठी कधी करायचा नाही ही खूणगाठ मनाशी पक्की बांधली.

मुक्ताबाईने आपल्या बंधूंना मोठ्या प्रेमाने मांडे खाऊ घातले; पण जेव्हा

ती जेवायला बसली, तेव्हा अचानकपणे एक काळा कुत्रा तिथे आला आणि त्याने तिच्या ताटातील मांडे पळवले. मुक्ताबाईला उपाशीच रहावे लागले; परंतु तरीही ती खूशच होती. तेव्हा निवृत्तिनाथ हसत म्हणाले,''अग मुक्ता, तो कुत्रा तुझ्या ताटातील मांडे उचलून घेऊन गेला तरी तू त्याला हाकललं नाहीस, उलट तू तर खूश आहेस.'' त्यावर मुक्ताबाईने उत्तर दिले,''दादा, मी कोणाला हाकलू, विठ्ठलाला! अरे, तोच तर आला होता, कुत्र्याचे रूप घेऊन! त्याला माझ्या हातचे रुचकर मांडे एवढे आवडले की ते खाण्यासाठी विठ्ठल स्वत: कुत्र्याचे रूप धारण करून आले. याहून प्रसन्नतेची बाब आणखी कोणती बरे असू शकेल?'' मुक्ताबाईचे उत्तर ऐकून निवृत्तिनाथ सुखावले. त्यांच्या रूपाने गुरू आपल्या शिष्येची परीक्षाच तर घेत होते.

मुक्तेचे उत्तर ऐकून संत ज्ञानेश्वर म्हणाले,''बरं, तुझं भोजन घेऊन पळणारा विठ्ठल होता, असे आपण समजू; पण मग तुला जो सारखा त्रास देत असतो तो विसोबा कोण आहे ग?''

''अरे दादा, तो विसोबाही विठ्ठलच आहे की! विठ्ठलाच्या प्रत्येक मानवी शरीराचा स्वभाव भिन्न असला, तरी सर्वांमध्ये एकच चेतना विराजमान आहे. मला तर विसोबामध्येही विठ्ठलाचंच दर्शन होते बघ...'' निरागस मुक्ता उत्तरली.

झोपडीच्या दाराच्या फटीतून हे दृश्य पाहणारा विसोबा हे उत्तर ऐकून क्षणभर भांबावलाच. आधीच संत ज्ञानेश्वरांनी योगविद्येद्वारे पाठ गरम केल्याचा व त्यावर खापराच्या तव्याशिवाय मुक्ताबाईने मांडे भाजल्याचा चमत्कार पाहून तो आश्चर्याने थक्क झाला होता. शिवाय, आता तर मुक्तेच्या या समत्वाच्या महान गोष्टी ऐकून त्याचा सारा अहंकारच विरघळू लागला होता. त्याला आता पहिल्यांदाच जाणीव होऊ लागली, की खरेच ही काही साधारण मुले नाहीत. या तर ज्ञान, योग आणि भक्ती यांच्या प्रतिमूर्ती आहेत. यांचे ज्ञान माझ्याप्रमाणे केवळ पुस्तकी ज्ञान नाही, तर त्यांनी ते ज्ञान अनुभूतीद्वारे प्रत्यक्ष आचरणातही आणले आहे.

आता विसोबाला आपल्या दुराचरणाबद्दल पश्चात्ताप होऊ लागला. इतक्या तेजस्वी, महाज्ञानी बालकांना वेळोवेळी त्रास देण्याचे महापातक आपल्या हातून घडले आहे, आता कोणत्या तोंडाने आपण आपल्या पापकर्मांची क्षमा मागावी? याचे प्रायश्चित्त कसे घ्यावे, याचा विचार तो करू लागला.

पश्चात्तापदग्ध झाल्याने त्याच्या गालांवरून अश्रू ओघळू लागले. तसाच

तो झोपडीत शिरला. त्याने संत ज्ञानेश्वरांचे पाय धरले आणि क्षमायाचना करू लागला. त्याचा अहंकार पूर्णपणे नष्ट होऊन तो त्या चारही संत बालकांच्या चरणांवर समर्पित झाला. सर्वांनी त्याला क्षमा करावी म्हणून त्यांना शरण गेला. त्याच्या अशा वागण्याने सर्वांना त्याची दया येऊन त्यांनी त्याला माफ केले. पुढे जाऊन निवृत्तिनाथांनी विसोबाला उपदेश केला आणि मुक्ताबाई त्यांची गुरू बनली.

या संत-संतानांनी दर्शवलेल्या मार्गावर चालताना, खऱ्या धर्माचे अनुकरण करताना विसोबा ज्ञान आणि भक्तीत आकंठ बुडून गेले होते. त्यांची चेतना इतकी उंचावली होती, की पुढे जाऊन ते विसोबा खेचर या नावाने प्रसिद्ध झाले. त्यानंतर त्यांनी 'महाविष्णूचा अवतार, श्री गुरू माझा ज्ञानेश्वर' यांसारखे अभंगही लिहिले.

या कथेतील तीन महत्त्वपूर्ण गोष्टी आध्यात्मिक दृष्टीने मनन करण्यायोग्य आहेत. पहिली– विश्वातील प्रत्येक मनुष्य, प्राणिमात्र, जीवजंतू आणि झाडेझुडपे आदींमध्ये ईश्वराला पाहणे. दुसरी– आपल्या शक्तीचा उपयोग कधीही स्वार्थासाठी करू नये. शिवाय तिसरी महत्त्वपूर्ण बाब म्हणजे– तुमचा द्वेष करणाऱ्या, तुमच्याशी वाईट वागणाऱ्या लोकांनाही क्षमा करून त्यांना भक्तियुक्त प्रतिसाद देणे. या गोष्टी आचरणात आणल्याने आपले जीवन सुखी होईल यात शंकाच नाही.

जो मी, तोच तुम्ही

प्रस्तुत कथेत सगळ्यात महत्त्वपूर्ण बाब म्हणजे मुक्ताबाईंनी प्राप्त केलेली 'समज किंवा जाणीव'. आयुष्यात अशी समज प्राप्त करून ती दृढतापूर्वक आचरणात आणणे हेच अध्यात्मातील सर्व मार्गांचे मूळ लक्ष्य आहे. मुक्ताबाईला सुंदर फुलांत, कुरूप कीटकांत, काळ्या कुत्र्यात, आपल्या लाडक्या भावंडांत एवढेच नव्हे, तर त्यांचा द्वेष करणाऱ्या विसोबातही आपले इष्टदैवत विठ्ठलाचेच दर्शन होत असे. तिला या वेगवेगळ्या प्राण्यांमध्ये कुठलाही फरक जाणवत नव्हता. कारण तिच्या मते सर्व प्राणिमात्र, सर्व चल-अचल वस्तू त्या ईश्वराचीच अभिव्यक्ती आहेत, त्याचेच रूप आहेत आणि हीच अध्यात्माची मूळ समज आहे, जाणीव आहे.

या मूळ समजेनुसार संपूर्ण ब्रह्मांडात एकच जिवंत शक्ती (ईश्वर, सेल्फ, परम चैतन्य) आहे. त्या एकमेव अद्वैत शक्तीनेच अवघे ब्रह्मांड व्यापून टाकले

आहे. तीच या संपूर्ण सृष्टीत सामावलेली आहे. प्रत्येक सजीव-निर्जीव, स्थूल-सूक्ष्म, प्रकट-अप्रकट गोष्टींमध्ये तीच शक्ती अंतर्बाह्य वास्तव्य करत आहे. अर्थात, ही शक्तीच सगळ्या गोष्टींना मूर्तरूप देऊन त्यांचे नियंत्रण करत आहे. या शक्तीला 'तरंग, व्हायब्रेशन, ऊर्जा, एनर्जी' या विविध नावांनीही संबोधले जाते. ही ऊर्जा सदैव आपल्या मूळरूपात स्थित असली तरी अन्य रूपांतही भासमान होते. उदाहरणार्थ, एखाद्या लेजर शोमध्ये असे दृश्य निर्माण केले जाते, जे वास्तव– सजीव वाटते; परंतु ते दृश्य केवळ प्रकाशकिरणांचा आभास असते, हे आपण जाणतोच.

यासाठी आपण एक उदाहरण पाहू या. जसे, एखादी जमीन आहे. त्यावर एक बिल्डिंग असून तिच्यात एक घर आहे. त्या घरातील प्रत्येक वस्तू जसे टीव्ही, सोफासेट, भांडी, घरात येणारं पाणी, हवा, सूर्यप्रकाश, त्या घरात राहणारी माणसे आणि त्यांचे विचार... या सर्व गोष्टी एकमेव त्या तरंगाचे (ऊर्जेचे) भिन्न आभास आहेत. या शक्तीलाच जगात वेगवेगळ्या नावांनी संबोधले जाते. जसे– महातरंग, परमसत्ता, परम चैतन्य, महाशून्य, सत्य, परम सत्य, अंतिम सत्य, एकम्, तेजम्, नूर, अनहद नाद, ॐ, दिव्य ऊर्जा, सुप्रीम पॉवर, सुप्रीम सोल्ड, परमात्मा, ईश्वर, सेल्फ, ब्रह्म, परब्रह्म, सर्वसाक्षी, अल्लाह, गॉड, विठ्ठल, कृष्ण, राम... इत्यादी.

शिवाय, आता तर विज्ञानानेही सिद्ध केले आहे, की प्रत्येक पदार्थ म्हणजे मूलतः एक तरंगच आहे. याचाच अर्थ, संपूर्ण ब्रह्मांड म्हणजे मूळ रूपात एक तरंग अथवा ऊर्जाच आहे. विज्ञानाने तर आता कुठे नानाविध पदार्थांचे विघटन करून हे सत्य जाणले आहे. पण, जगात असे अनेक महापुरुष, संत, योगी झाले आहेत; ज्यांनी ध्यानसमाधीद्वारे ही मूळ समज प्राप्त केली की, या विश्वाच्या खेळामागे एकच परमशक्ती कार्यरत असून, ती आपल्या अंतर्बाह्य व्यापली आहे. ही मूळ समज अनुभूतीद्वारे जाणून घेणे म्हणजेच स्वानुभव, आत्मसाक्षात्कार, स्वबोध, बुद्धत्व प्राप्त करणे होय.

ज्या लोकांना ही मूळ समज प्राप्त झाली, त्यांनी आपापल्या भाषेनुसार, प्रदेशानुसार त्याला निरनिराळ्या शब्दांत व्यक्त केले. गुरुनानकांनी याला म्हटले,'एक नूर से सब जग उपजा' याचाच अर्थ, एकाच दिव्य प्रकाशाने (ईश्वराने, सेल्फने) सगळी सृष्टी निर्माण झाली आहे. 'अहम् ब्रह्मास्मी' म्हणजे मी तेच ब्रह्म आहे, असे आदि शंकराचार्य म्हणाले. वेद-उपनिषदांत सांगितले

आहे,'तत्त्वमसी' (तुम्ही तेच आहात),'सोहम्' (मी तोच आहे),'ॐ तत् सत्' (तीच परमशक्ती ॐ हेच सत्य आहे), सुफी संत मन्सुर म्हणतात,'अनल-हक' (मीच सत्य आहे).

अशा प्रकारे प्रत्येक जण, सर्व काही त्या एकाच तत्त्वातून निर्माण झाले आहे, हेच वेगवेगळ्या शब्दांत सांगत आहेत. ही सर्व नावे त्या स्व-अनुभूतीचीच आहेत. 'मीपण तोच आहे, तूपण तोच आहेस, सगळे प्राणिमात्र तोच आहेत आणि एकमेव तीच शक्ती सत्य आहे. इतर सर्व मिथ्या आहे, आभास आहे...'

जो मनुष्य ही मूळ समज अंगीकारून मुक्ताबाईप्रमाणे दृढता प्राप्त करतो, त्याचे जीवन सहज रीतीने नि:स्वार्थ आणि अव्यक्तिगत अभिव्यक्तीसाठी तयार होते. कारण आता त्याला ठाऊक असते, त्याच्याद्वारे सेल्फ, ईश्वरच कर्म करत आहे आणि तो त्याच्याचसाठी करतो आहे. कारण त्याच्याखेरीज अन्य कोणी नाहीच. कर्म आणि कर्ता (सेल्फ) यांच्यामध्ये जी व्यक्ती भासते, प्रत्यक्षात ती नसतेच. संत ज्ञानेश्वर आणि त्यांच्या भावंडांनी हीच मूळ समज व्यवहारात अंगीकारून ते नि:स्वार्थ जीवन जगले.

शक्तीची आणि भक्तीची सेवा करा

संत निवृत्तिनाथ परमसिद्ध योगी होते. त्यांनी त्यांच्या जीवनात अनेक कष्ट, यातना सहन केल्या; परंतु स्वार्थासाठी आपल्या सिद्धींचा दुरुपयोग कधीही केला नाही. त्यांनी संत ज्ञानेश्वरांसह समस्त जनांना हा महान संदेश दिला, की सिद्धींचा उपयोग केवळ भक्तिमार्गाच्या प्रसारासाठी, लोककल्याणासाठीच व्हायला हवा, स्वत:च्या महत्त्वाकांक्षा अथवा स्वार्थपूर्ततेसाठी होता कामा नये. अन्यथा लोक थोडीशी सिद्धी मिळताच तिचा दुरुपयोग करतात. स्वत:चा स्वार्थ साधणे ही तर फारच किरकोळ गोष्ट झाली, इतरांचे नुकसान करण्यासाठीदेखील ते सिद्धीचा दुरुपयोग करू शकतात.

सिद्धी प्राप्त झाल्यानंतर लोक अहंकारी, स्वार्थी, उतावळे बनतात. परंतु ज्ञानाचा आणि शक्तीचा उपयोग केवळ सत्यप्राप्ती आणि लोककल्याणासाठीच व्हायला हवा. संत ज्ञानेश्वर आणि त्यांच्या छोट्या समूहाने या शक्तीचा उपयोग नेहमी योग्य प्रकारेच केला आणि इतरांनाही असेच करण्याची शिकवण दिली.

मनन प्रश्न

१. सर्वांचे कल्याण व्हावे अशी भावना आपल्या मनात निर्माण होते का?
२. तुम्ही तुमच्या शत्रूसाठी प्रार्थना करता का?
३. तुम्ही सर्वांमध्ये ईश्वर बघता का? जर नाही, तर कोणामध्ये तुम्हांला ईश्वर दिसू शकत नाही?
४. कोणती धारणा, विचार, भावना तुम्हांला काही लोकांमध्ये ईश्वर बघण्यापासून रोखते?

अध्याय १०

निःस्वार्थ जीवनाचे सार

क्षमासाधना

मागील अध्यायात आपण वाचले, की मुक्ताबाई कशी आपल्या स्नेहीजनांमध्ये आणि त्यांचा द्वेष करणाऱ्या विसोबांमध्येही विठ्ठलाला पाहत होती. सर्व प्राणिमात्रांत विठ्ठलाचे दर्शन घेत होती. विसोबांनी त्यांच्या कुटुंबीयांना अतिशय त्रास दिला, तरी विसोबांविषयी तिच्या मनात कुठलीही तक्रार नव्हती. तिच्या हृदयात सर्वांसाठीच प्रेम, दया आणि क्षमा उपजत होती. विसोबा पश्चात्तापदग्ध होऊन जेव्हा संत ज्ञानेश्वरांकडे आले, तेव्हा त्यांनीही सहजपणे त्याला माफ केले. मनात कुठलाही पूर्वग्रह, कटू गोष्टी ठेवल्या नाहीत. त्यांच्या क्षमाशील वृत्तीमुळेच जगाला आणखी एक महान संत प्राप्त झाले– विसोबा खेचर. विसोबांशिवाय त्यांनी आपल्या कुटुंबीयांना वाळीत टाकून छळणाऱ्या अन्यायी समाजालाही माफ केले, शिवाय त्यांच्या जागृतीसाठी अथकपणे निःस्वार्थ सेवेचे दान दिले.

काही लोक क्षमा करतात; पण काही अटींच्या आधारे! ते सर्वांना क्षमा करू शकतात; पण त्यांच्या आयुष्यात अशी एखादी व्यक्ती असते, की जिला ते कधीच माफ करू शकत नाहीत. ते कायम विचार करतात,'या व्यक्तीनं मला खूपच वाईट वर्तणूक दिली आहे, अतिशय छळलं आहे... माझं खूपच वाईट केले आहे. याला मी कधीच माफ करू शकत नाही. कोणी एखाद्या पिसाट खुन्याला, अतिरेक्याला माफ करू शकेल काय? मी तर कधीच नाही.' वास्तविक हे काही अंशी खरे आहे, की काही ठिकाणी तिरस्कार इतका पराकोटीचा असतो, की क्षमा करणे सहज शक्य होत नाही; पण असे असले तरी त्यांना क्षमा करणे

अगदीच अशक्य नाही. जे लोक संत ज्ञानेश्वर आणि मुक्ताबाईसारखी मूळ समज अंगीकारतात, त्यांच्यासाठीच ही गोष्ट शक्य होत असते.

आजवर अनेक आत्मसाक्षात्कारी संतांनी सांगितले आहे,'ज्याच्याद्वारे पापं होत आहे, त्या शरीराचा नाही, तर त्याच्यातील पापी प्रवृत्तींचा द्वेष करा.' भगवान बुद्धांनी डाकू अंगुलीमालला प्रेम, करुणा आणि क्षमा यांचे दान देऊन त्याला पाप करण्यापासून परावृत्त केले, त्याचे मन स्वच्छ आणि शुद्ध केले. ही गोष्ट याच गोष्टीची पुष्टी आहे, की एका निर्दयी, हिंसक डाकूचेही परिवर्तन अहिंसक, भिक्षूमध्ये होऊ शकते.

जर आपण प्रभू श्रीरामांच्या आयुष्याचे अवलोकन केले तर असे आढळेल की, त्यांनी नित्य क्षमासाधना केली. त्यांनी माता कैकयीविषयी, रावणाविषयी कुठलीही द्वेषभावना मनात न बाळगता त्यांना मनःपूर्वक क्षमा केली. रावणाचा वधही त्यांनी सूड घेण्यासाठी नव्हे, तर कर्तव्यपूर्ततेसाठीच केला. जगात शांतता निर्माण व्हावी या हेतूने केला.

ज्याप्रमाणे विसोबा चाटी ज्ञानेश्वरांना शरण आले (आणि पुढे जाऊन संतपदाला पोहोचले; विसोबा खेचर या नावाने जगाला परिचित झाले), त्याचप्रमाणे चंबळ खोऱ्यातील कुप्रसिद्ध डाकूही वेगवेगळ्या महापुरुषांच्या सहवासात आल्याने त्यांचे हृदय परिवर्तन होऊन त्यानंतर त्यांनी आत्मसमर्पणही केले. सांगण्याचे तात्पर्य, क्षमा, करुणा आणि ज्ञान प्राप्त केल्यानंतर निम्न चेतनेचा मनुष्यही संत बनू शकतो.

क्षमा– बुद्धांची शिकवण

एकदा गौतम बुद्धांकडे एक मनुष्य आला आणि त्यांच्या पायांवर डोके ठेवून म्हणाला,''महाराज, मला क्षमा करा. मी तोच नीच माणूस आहे, ज्यानं काल आपल्याविषयी खूपच अपशब्द वापरले होते; पण आता मला त्याचा फारच पश्चात्ताप होत आहे, तरी कृपया आपण मला क्षमा करावी.''

यावर मंद स्मित करत मृदू स्वरात बुद्ध म्हणाले,''मित्रा,काल तू माझा अपमान केलास, अपशब्द वापरलेस, हे तर आज मला आठवतही नाहीये. कारण भूतकाळ तर मी लगेच जिथल्या तिथेच

मागे सारतो. शिवाय, तूही त्यात जास्त गुंतून राहू नयेस हेच श्रेयस्कर आहे. तुला तुझ्या चुकांची जाणीव होऊन पश्चात्तापही झाला. याचाच अर्थ, क्रोधानं आपला विवेक नष्ट होतो आणि तो आपल्याकडून चुकीचं काम करवून घेतो, हा बोध तू घेतला आहेस! म्हणून यापुढे घडून गेलेल्या जुन्या-वाईट गोष्टींना तिलांजली देऊन वर्तमानात राहा, पुढे चालत राहा आणि नावीन्यपूर्ण, चांगल्या गोष्टींचा अंगीकार कर. हीच जगण्याची योग्य पद्धत आहे.''

कोणाहीविषयी आपल्या मनात तिरस्काराची भावना निर्माण होणे, म्हणजेच आपल्या मूळ जाणिवेत काही कमतरता, बाधा निर्माण झाली आहे, असा त्याचा अर्थ होतो. आपण त्या वेळी समोरच्या व्यक्तीत ईश्वर अथवा सेल्फ बघू शकत नाही. म्हणून आपण आपल्या मूळ जाणिवेचे स्मरण करून, आपला दृष्टिकोन बदलून प्रथम त्या व्यक्तीला अंत:करणापासून क्षमा करायची आहे. आपल्या शत्रूलाही आपण क्षमा का करावी, हे आपण 'बॉलर-बॅट्समन' या रूपकाद्वारे समजून घेऊ शकतो.

बॉलर, बॅट्समनची आवश्यकता

सर्वांभूती परमेश्वर या नात्याने समोरच्या व्यक्तीमध्येही ईश्वर, सेल्फ असता, तर माझ्यासोबत त्याने इतका दुर्व्यवहार कसा केला असता, माझ्याशी इतके वाईट तो कसा वागला असता, इतका अमानुष व्यवहार त्याने केलाच कसा असता, त्याच्यात ईश्वराचा अंश कसा काय असू शकेल, असे प्रश्न अनेकदा कित्येकांच्या मनात उद्‌भवतात.

आता असे समजा, एका मुलाला क्रिकेट शिकायचे आहे; पण त्याच्याबरोबर खेळणारे कोणीच नाही, म्हणून ते मूल मोठ्याने रडायला लागते. त्याची अशी अवस्था पाहून वडील म्हणतात,'चल, मीच तुझ्याबरोबर खेळतो. हा खेळ मीच तुला शिकवतो.' आता त्याचे वडील मैदानावर त्याच्यासाठी बॉलिंग करू लागतात आणि मुलगा बॅटिंग. याचा अर्थ, वडिलांना बॉलिंग करणे आवडते म्हणून ते तसे करत नाहीत, तर मुलावरील प्रेमापोटी, त्याच्या समाधानासाठी ते असे करायला तयार झाले आहेत. कारण मुलाला बॅटिंगच करायला आवडत असते, त्याला तेच शिकायचे असते.

आता बापलेकांमध्ये हा खेळ सुरू होतो. पहिल्याच बॉलवर मुलगा आउट होतो. मग पुन्हा तो रडू लागतो आणि म्हणतो, 'नाही, चिटिंग, परत बॉल फेका. मला अजून बॅटिंग करायची आहे.'

अगदी अशाच प्रकारे नियतीही घटनारूपी चेंडू आपल्याकडे वारंवार फेकून पुन:पुन्हा काही शिकण्याची संधी आपल्याला देत असते.

मनुष्य काही प्रसंगांत हताश, निराश, दु:खी होतो. तेव्हा नियती म्हणते, 'पुन्हा हरलास? हरकत नाही बेटा, पुन्हा खेळ. मी पुन्हा चेंडू टाकते.' अशा प्रकारे जगाच्या पाठीवर हा खेळ निरंतरपणे सुरू असतो.

असा अखंडपणे हा खेळ सातत्याने सुरू असल्याने मुलगा हेच विसरून जातो, की, 'त्याचे वडीलच बॉलिंग करत आहेत.' वडिलांचे असे करण्यामागचे कारण असते, त्याचे आपल्या मुलावरील निस्सीम प्रेम. त्याच्याच विनंतीनुसार, त्यानेच शिकावे म्हणून ते बॉलिंग करत असतात; पण नेमके हेच विसरल्याने मुलगा तक्रार करू लागतो, 'बाबा, किती जोरात चेंडू टाकताय. माझ्या हाताला लागतंय ना! माझ्याचसोबत असं का घडतंय... हा चेंडू आहे की शत्रू, एकदम अंगावरच येतोय... माझं काय चुकतंय कळतच नाही... माझं नशीबच फुटकं आहे... कोणताच चेंडू माझ्याकडे सहजतेनं येत नाही... शेजारचा खेळाडू बघा, किती मजेत बॅटिंग करतोय, आरामात खेळतोय... आणि मी मात्र...'

आता... मुलगा हळूहळू कठीण प्रसंगरूपी चेंडूही टोलवायला सरावतो आणि योग्य प्रकारे बॅटिंगही करू लागतो; पण बॉलिंग करणारे आपले वडीलच असून, आपल्या विकासासाठी, प्रशिक्षणासाठी आणि आपल्या हट्टासाठी, आनंदासाठीच तर ते बॉलिंग करत आहेत, ही मूळ समज विसरल्याने तो खेळाचा आनंद घेऊ शकत नाही. आता खेळ हे त्याच्यासाठी संघर्षाचे, दु:खाचे कारण बनते आणि बॉलिंग करणारा प्रतिस्पर्धी, शत्रू!

बॉलर-बॅट्समन यांचा संघ एकच

खरे तर बॉलर आणि बॅट्समन दोघांचाही एकच संघ आहे, दोघेही परस्परांच्या विकासास हातभारच लावत आहेत. तुम्ही पृथ्वीवर साहसाची अभिव्यक्ती करण्यासाठी आला असाल तर, तुमच्या आयुष्यात एखादी अशी व्यक्ती येईल, जी तुम्हांला धमक्या देईल, भय दाखवेल; पण तिचा सामना करताना तुमच्यात धैर्य संचारेल आणि एक दिवस असा येईल जेव्हा त्याच्या भयातून मुक्त

होण्यासाठी तुम्ही वाट्टेल ते साहस करायला तयार व्हाल. परंतु मूळ जाणिवेचे विस्मरण झाल्याने ती भय दाखवणारी व्यक्तीही तुमच्याच संघातील सदस्य आहे, तुम्ही साहसी व्हावे म्हणूनच ती असे वागत आहे, हा विचार त्या वेळी तुम्ही करू शकत नाही. म्हणूनच भयरूपी चेंडू ती तुमच्याकडे टाकतच राहते, जेणेकरून तुम्ही अधिकाधिक निर्भय व्हावे.

अशाच प्रकारे संत ज्ञानेश्वरांचे कुटुंब आणि त्यांच्या विरुद्ध असलेला सनातन समाज हे जरी परस्परांविरोधी भासत असले, तरी वास्तवात ते सगळे एकाच संघाचे सदस्य होते. प्रथम समाजाने त्यांच्यावर बहिष्कार, प्रतारणा आणि अपमानरूपी बॉलिंग केली. परिणामी, ती भावंडे ज्ञानाच्या आणि भक्तीच्या सर्वोच्च अवस्थेत पोहोचली. म्हणजेच सर्वोत्कृष्ट बॅटिंग करून त्यांनी बोधिसत्त्व अवस्था प्राप्त केली आणि ज्या समाजाने त्यांची अवहेलना, उपहास केला, त्यांच्यात सुधारणा घडवून आणण्याचे खडतर, अव्यक्तिगत कार्यही त्यांनी पार पाडले.

समाजाची बॉलिंग जेव्हा संपली, तेव्हा या चार संत-संतानांची बॉलिंग सुरू झाली. मग त्यांनी समाजासमोर सहज ज्ञान, भक्ती आणि निःस्वार्थ भावनारूपी बॉलिंग करायला सुरुवात केली. परिणामी, विसोबांसारखे अहंकारी आणि अज्ञानी ब्राह्मणांसहित संपूर्ण समाज सगळा भेदभाव, कट्टर धार्मिक धारणा विसरून एकजूट झाला आणि 'विठ्ठल... विठ्ठल' म्हणत सत्याच्या मार्गावर अग्रेसर झाला. आधी समाज त्यांच्या आध्यात्मिक विकासासाठी निमित्त बनला आणि मग ही भावंडे समाजाच्या आध्यात्मिक विकासाचे कारण बनली.

अगदी अशाच तऱ्हेने कैकयीच्या कपटपूर्ण व्यवहाराने श्रीरामाचे 'पृथ्वीलक्ष्य' पूर्ण झाले. पित्याच्या क्रोधाने नचिकेताला अंतिम सत्य मिळाले. तुलसीदासांकरिता पत्नीचा टोमणा त्यांच्या वैराग्यासाठी कारणीभूत ठरला, ज्यायोगे *रामचरित मानस*सारख्या सर्वश्रेष्ठ ग्रंथाची निर्मिती झाली. काही दुःखी लोकांना बघितल्याने गौतम बुद्धांच्या जीवनात एक वेगळेच वळण आले, त्यांना नवी दिशा मिळाली.

'हे काम तुझ्याच्यानं होणारच नाही', असा टोमणा ऐकून एखादा मनुष्य मनात ठाम निश्चय करतो, की 'काहीही झालं तरी मी हे काम करूनच दाखवेन'. अशा प्रकारे प्रत्येक जण जगात कोणासाठी तरी 'बॉलर-बॅट्समन'ची भूमिका बजावतच असतो. ते सगळे एकाच संघाचा, ग्रुपचा भाग असून केवळ एकमेकांवरील प्रेमापोटी या खेळाचा सराव करत आहेत. एक चेंडू फेकतो, तर

दुसरा झेलतो. पण मूळ समज ज्याच्या लक्षात आहे, तो येणाऱ्या प्रत्येक चेंडूचे स्वागत आनंदाने करतो, त्याचा स्वीकार करतो. शिवाय बॉलरला धन्यवादही देतो. परंतु, जे असमंजस आहेत, ते प्रत्येक चेंडूवर चिडचिड, संताप व्यक्त करतात.

विश्वाची ही संपूर्ण व्यवस्था मानवी बुद्धीपलीकडच्या क्षेत्रातील असल्याने त्यासाठी 'लीला' हा शब्द प्रचलित झाला. जगात सर्वत्र 'ईश्वरी लीला' सुरू आहे. मनुष्याला जेव्हा ज्ञान मिळते, या लीलेवर तो मनन करतो, त्याची भक्ती वाढते, त्या वेळी त्याला कृपेविषयी समज प्राप्त होते. त्या लोकांवर ईश्वराची असीम कृपा जाणवत असते ज्यांना ईश्वर कधी गुरूद्वारे, पुस्तकांद्वारे वा स्वप्नांद्वारे किंवा कधी प्रश्न विचारून जागे करत असतो, की 'उठा आणि बघा मीच बॉलर आहे आणि मीच बॅट्समन! माझ्याशिवाय इतर कुणी नाहीच. म्हणून उसळून आलेल्या अवघड चेंडूने, जीवनात काही नकारात्मक घटना घडल्याने भयभीत होण्याचे काहीच कारण नाही. त्याऐवजी जीवनरूपी हा खेळ खेळताना स्वत:मधील कौशल्य विकसित करा. कारण हा सगळा खेळ, ही सारी लीला केवळ तुमचा विकास आणि आनंद द्विगुणित करण्यासाठीच आहे'

क्षमासाधना कशी करावी?

ज्या मनुष्याला 'बॉलर-बॅट्समन' संघाची समज प्राप्त होते, त्याच्यासाठी क्षमा करणे आणि क्षमा मागणे या दोन्ही गोष्टी सुकर होतात. कारण तो योग्य प्रकारे जाणतो,'क्षमा कोण मागत आहे, क्षमा कोणाला केली जात आहे, आणि क्षमासाधना करणे का आवश्यक आहे?' पण आता प्रश्न असा आहे, की 'क्षमा कशी मागावी?'

क्षमा करणे किंवा मागणे हा केवळ शब्दांचा खेळ नाही, क्षमा ही तर हृदयाच्या गाभाऱ्यातून उमटणारी भावना आहे. एखाद्याला 'सॉरी' म्हणून पुढे निघून जाणे किंवा मनातल्या मनात चुकीची जाणीव होणे आणि शांत राहणे ही क्षमा मागण्याची योग्य पद्धत नव्हे. शिवाय, एखाद्याच्या तोंडावर 'जा, मी तुला माफ केलं' असे म्हणून मनात मात्र त्याच्याविषयी असलेला द्वेष, क्रोध तसाच बाळगणे म्हणजेही क्षमा नव्हे. क्षमा मागायची आणि करायची योग्य पद्धत कोणती ते आता आपण पुढे जाणून घेणार आहोत.

प्रत्यक्षात क्षमा कशी मागावी?

आपण प्रत्यक्षात एखाद्याच्या समोर जाऊन क्षमा मागण्यासाठी तयार असाल, तर त्याला या प्रकारे सरळ सांगायला हवे,'मी माझ्या भाव, विचार, वाणी आणि क्रिया यांच्याद्वारे जे दु:ख आपल्याला दिलं, त्यासाठी मन:पूर्वक आपली क्षमा मागतो. पुन्हा अशी चूक माझ्याकडून होणार नाही, याविषयी मी सावधगिरी बाळगेन! कृपया मला क्षमा करा.'

कित्येकदा थेट क्षमा मागण्याची आपली तयारी नसते आणि काही घटनांमध्ये आपल्याकडून चूक झाली होती, हे काही काळानंतर आपल्या लक्षात येते, त्या वेळी त्या व्यक्तीकडे जाऊन क्षमा मागण्याची अथवा करण्याची वेळ निघून गेलेली असते. अशा वेळी आपण डोळे बंद करून मनातल्या मनात पुढील प्रकारे प्रार्थना करू शकतो :

आमंत्रण द्या : हे माझ्या प्रिय, ... (तुम्हांला ज्याची क्षमा मागायची आहे, त्या मनुष्याचे नाव) च्या दिव्य स्वरूपा, मी आपणास माझ्या ध्यानक्षेत्रात आमंत्रित करत आहे.

क्षमा मागा : 'माझ्या मनात आपल्याप्रति जो द्वेष किंवा तक्रारभाव आहे, तो मी माझ्या मनातून मुक्त करत आहे. मी माझ्या .... ला (इथे गुरू, ईश्वर किंवा अशी व्यक्ती जिच्यासमोर तुम्ही स्वत:ला अधिक जबाबदार आणि समर्पित समजता, तिला साक्षी ठेवून सांगा.) साक्षी ठेवून आपल्याकडे क्षमायाचना करत आहे. मी आपणांस जे काही दु:ख दिलं आहे, त्याकरिता कृपया मला क्षमा करा. माझं आपल्यावर प्रेम असून माझ्या मनात आपल्याविषयी खूप आदर आहे. मी तुम्हांला केवळ शरीर समजून तुमच्याशी वागलो. मी तुमच्यातील परम चैतन्य (सेल्फ) पाहू शकलो नाही, त्याबद्दलही मला क्षमा करा. अशी चूक माझ्याकडून पुन्हा होणार नाही याची मी काळजी घेईन.'

धन्यवाद द्या : 'माझ्या ध्यानक्षेत्रात आल्याबदल खूप खूप धन्यवाद! मी आपल्यावर प्रेम करतो, आपला खूप आदर करतो. कृपया, आता आपण आपल्या स्थानी परतावे, ही विनंती... धन्यवाद... धन्यवाद... धन्यवाद...'

इथे क्षमाप्रार्थना करण्यासाठी जे शब्द दिले आहेत, ते जसेच्या तसे उच्चारणे आवश्यक नाही. यात आपण आपल्या शब्दांचाही समावेश करू शकता. कारण, प्रार्थनेत शब्दांपेक्षा भावनेला जास्त महत्त्व आहे. प्रार्थना मौनामध्येही केली जाऊ शकते; परंतु त्यामागे योग्य भाव असणे आवश्यक आहे.

जेव्हा कुणाला क्षमा करण्यास मन तयार होत नाही

काही लोकांचा प्रश्न असतो,'जे भयंकर अपराधी आहेत, दहशतवादी आहेत, ज्यांनी मोठे बॉम्बस्फोट घडवले, खून केले, त्यांना माफ कसं करणार?' अशा गंभीर अपराध्यांना क्षमा करण्यास सहसा कोणीच तयार होणार नाही; पण अशा वेळी या लोकांना माफ करता नाही आले, तरी त्यांच्या सगळ्या पापवृत्ती, त्यांचे अंत:करण साफ व्हावे यासाठी ईश्वराकडे प्रार्थना करायची असते.

या लोकांचे अंत:करण प्रार्थनेच्या किमयेने आतून साफ (इन-साफ) करायचे असते. यांची पापी वृत्ती नाहीशी व्हावी यासाठी प्रार्थना करणायची असते.

प्रार्थना : हे प्रभू, यांनाही ज्ञान, समज आणि चेतना यांची दौलत मिळावी. जी कृपा आमच्यावर झाली आहे, ती यांच्यावरही व्हावी. हे लोकही कृपेसाठी पात्र ठरावेत.

अशा प्रकारे क्षमा मागितल्यास, क्षमा केल्यास आणि क्षमेसाठी प्रार्थना केल्यास कोणाही विषयी आपल्या मनात तिरस्कार, ईर्ष्या, द्वेष, क्रोध, असूया राहणार नाही. आपले मन स्वच्छ, शुद्ध आणि रिकामे बनेल. लक्षात ठेवा, अशाच स्वच्छ, शुद्ध आणि मोकळ्या मनाच्या लोकांकडून संत ज्ञानेश्वरांसारखी नि:स्वार्थ जीवनाची अभिव्यक्ती होऊ शकते. कृष्णाच्या बासरीतूनही मधुर स्वर निघाले, कारण ती आतून स्वच्छ, शुद्ध आणि मोकळी होती म्हणूनच! आपल्या शरीराद्वारेही ईश्वराने सर्वोच्च अभिव्यक्ती करावी असे तुम्हांला वाटत असेल, तर क्षमासाधनेद्वारे सगळे विकार आणि नकारात्मक भावना दूर करा. प्रथम आपले अंतरंग स्वच्छ, निर्मळ बनवा, जेणेकरून ईश्वर त्याद्वारे स्वत:ची अभिव्यक्ती करू शकेल.

मनन प्रश्न

१. 'बॉलर-बॅट्समन संघ' हे उदाहरण वाचून पूर्वी तुम्ही ज्या व्यक्तीला क्षमा करू शकत नव्हता, तिला आता माफ करू शकाल का?

२. ईश्वराच्या उच्चतम अभिव्यक्तीसाठी आपण आपल्या शरीराला, हृदयाला, मनाला रिक्त, स्वच्छ आणि निर्मळ करायला तयार आहात का?

अध्याय ११

नि:स्वार्थ जीवनाची अभिव्यक्ती
ज्ञानेश्वरीची रचना

संत ज्ञानेश्वर आणि त्यांच्या भावंडांनी समाजातील अज्ञान दूर करून त्यांच्या डोळ्यांवरची अंधश्रद्धांची झापडे हटवण्याचे लक्ष्य ठेवले होते; परंतु हे तेव्हाच शक्य होते जेव्हा लोकांना योग्य ज्ञान योग्य पद्धतीनेच मिळेल. कारण जोपर्यंत ज्ञान हे घेणाऱ्याच्या जीवनात उतरत नाही, त्याला ते समजत नाही, तोपर्यंत त्या ज्ञानाचे काहीही मूल्य नसते. ही गोष्ट ज्ञानेश्वरांच्या लक्षात आल्याने, त्यांनी त्या दिशेने प्रयत्न सुरू केले. त्यांनी कठीण भाषेत उपलब्ध असलेली ज्ञानरूपी गंगा सर्वसामान्यांपर्यंत कशी पोहोचेल, यादृष्टीने प्रयत्न करण्यास आरंभ केला. याचबरोबर त्यांच्या नि:स्वार्थ जीवनाची अभिव्यक्तीही जोरदारपणे सुरू झाली. आता त्यांच्या या अभिव्यक्तीबाबत थोडेसे विस्ताराने जाणून घेऊ या.

ज्ञानगंगा कशी अवतरली?

संत ज्ञानेश्वरांना आपल्या मोठ्या बंधूंकडून– गुरूंकडून जे ज्ञान मिळाले, ते संस्कृतमध्ये होते. जन्माने ब्राह्मण असल्याने आणि त्यांना ती भाषा अवगत असल्याने त्यांनी ते लगेच आत्मसात केले. पण तेवढ्यावरच ते थांबले नाहीत, तर त्यांनी विचार केला, वेद-शास्त्रांतील हे ब्रह्मज्ञान केवळ संस्कृत जाणणाऱ्या विशिष्ट वर्गापर्यंतच सीमित राहता कामा नये. ते जनसामान्यांपर्यंत पोहोचले पाहिजे.

या उद्दिष्टपूर्तीसाठी संत ज्ञानेश्वरांच्या कीर्तन आणि प्रवचन यांचे दररोज आयोजन केले जाऊ लागले. ते ऐकण्यासाठी लोक दूर-दूरवरून येऊ लागले.

ज्ञानेश्वर संस्कृत भाषेत असलेले हे ज्ञान आपल्या काव्यात्मक शैलीचा वापर करून लोकांसमोर लोकभाषेत प्रस्तुत करू लागले. त्यांची निरूपणाची शैली सरळ, सोपी होती, तरी त्यातील शब्दांमागे दडलेले ज्ञान हे गुरुकृपा आणि त्यांच्या स्वानुभवातूनच उतरत होते. म्हणून ते संस्कृतमधील श्लोकांपेक्षाही प्रभावी ठरत होते.

संत ज्ञानेश्वरांची रसाळ अमृतवाणी ऐकून लोकांमध्ये भक्ती आणि प्रेमभावना वृद्धिंगत होत होती. केवळ ब्राह्मणच नव्हे, तर शूद्रांसह, प्रत्येक जातिधर्माचे लोक त्यांच्या प्रवचनांची अमृतवाणी ऐकण्यास येत होते. त्यांच्या सत्संगात कुठल्याही प्रकारचा भेदभाव नव्हता.

ज्ञानेश्वरीची रचना

समाजात त्या वेळी खूपच असंतुलित, बिकट परिस्थिती निर्माण झाली होती. वर्णभेद आणि जातिभेदाची मुळे खोलवर रुजली होती. वेद-वेदान्तात संस्कृत भाषेत उपलब्ध असलेल्या ज्ञानापासून बहुजन समाज पूर्णपणे अनभिज्ञ होता. कारण, केवळ ब्राह्मण समाजच हे ज्ञान प्राप्त करू शकतो, असा गैरसमज त्या वेळी ब्राह्मणांकडून पसरवला गेला होता. अशा प्रकारे समाजात दोन भाग पडल्याने, दोघेही खऱ्या ज्ञानापासून वंचितच होते.

समाजाला ज्ञानाची असलेली आवश्यकता आणि लोकांवर संत ज्ञानेश्वरांच्या कर्तृत्वाचा असाधारण वाढता प्रभाव पाहून निवृत्तिनाथांनी त्यांना आज्ञा दिली,'आता तू श्रीमद्‌भगवद्‌गीतेवर भाष्य करावंस, ही वेळ येऊन ठेपली आहे. या पवित्र ग्रंथातील ज्ञान सर्वसाधारण लोकांपर्यंत पोहोचावं म्हणून तू ते सहज, सरळ मराठी भाषेत सांग, जेणेकरून या ग्रंथात दडलेल्या ज्ञानाचं अमृतपान सर्वांना करता येईल.'

कारण निवृत्तिनाथ हे जाणत होते की, श्रीकृष्णाच्या मुखातून प्रकटलेल्या भगवद्‌गीतेविषयी सगळ्यांच्याच हृदयात परम आदराचे स्थान आहे. ज्यात चारही वेदांचे सार सामावले आहे, असा तो सर्वश्रेष्ठ ग्रंथ आहे. यात आत्मबोधासाठी कर्म, ज्ञान, भक्ती आणि योग या चारही मार्गांवर विस्तारपूर्वक भाष्य केले आहे. या ग्रंथातील ज्ञान सहजपणे समजून घेऊन ते आचरणात आणणे, हीच समाजाची आत्ताची पहिली गरज आहे. हा ग्रंथ लोकांसमोर, लोकभाषेत सादर झाला, तर याचा लाभ सर्व स्तरांतील सगळ्यांनाच मिळेल. ज्यायोगे संपूर्ण समाजाचा उद्धार होऊ शकेल.

गुरूंच्या आज्ञेनुसार त्वरित संत ज्ञानेश्वरांनी या कार्यास प्रारंभ केला. त्या वेळेस ते केवळ तेरा वर्षांचे होते. दोन वर्षांत या ग्रंथाची निर्मिती झाली आणि पुढे *ज्ञानेश्वरी* नावाने तो प्रसिद्ध झाला. याशिवाय त्यांनी *अमृतानुभव*, *हरिपाठा*सारखे ग्रंथ लिहून सामान्य लोकांसाठी ज्ञानाचे दरवाजे खुले केले.

संत ज्ञानेश्वरांच्या या महान कार्याचा लोक आजही लाभ घेत आहेत. कित्येक भावी पिढ्यांतील कोट्यवधी लोकांच्या ज्ञानप्राप्तीसाठी ते निमित्त बनले. याहून मोठी सत्याची आणि मानवधर्माची सेवा आणखी कोणती असू शकेल?

भक्तीच्या महाआंदोलनांची सुरुवात

संत निवृत्तिनाथ आणि संत ज्ञानेश्वर हे दोघेही नाथसंप्रदायाचे अनुयायी असले, तरी त्यांनी नाथसंप्रदायातील खडतर योगसाधनेचा प्रचार-प्रसार केला नाही. कारण ते ज्ञान स्त्रियांसाठी आणि गृहस्थाश्रमातील बहुसंख्य सर्वसामान्य लोकांसाठी लाभदायक ठरणार नाही, हे ते जाणत होते. त्यांनी *ज्ञानेश्वरी*ची योग्य प्रकारे रचना करून जगाला कर्मयोगाचा मार्ग दाखवला. *अमृतानुभव*द्वारे ज्ञानयोगाचा प्रसार केला. तरीही बहुतांश लोकांना कर्मयोग आणि ज्ञानयोग समजण्यात अडचणी येऊ शकतात, हेही ते जाणत होते.

त्यामुळे बहुजनांसाठी सर्वात सहज आणि लवकर समजणारा मार्ग हा भक्तिमार्गच असू शकतो, हेही त्यांना ठाऊक होते. कारण प्रत्येक मनुष्य भक्ती करू शकतो. जसे, कोणीही संसारी स्त्रीपुरुष, व्यापारी, तरुण, वृद्ध, शिकलेला, अडाणी, ज्ञानी, अज्ञानी, शक्तिशाली अथवा दुर्बल असला तरी तो भक्तिसाधना करू शकतो. यासाठी विशेष बुद्धीची किंवा शिक्षणाची कुठलीही आवश्यकता भासत नाही. माणूस कितीही अशिक्षित असला तरी भक्तिभावाने ईश्वराचे नाव घेऊन, त्याला आपल्या हृदयात स्थापित करून तो ईश्वराला प्राप्त करू शकतो. म्हणून बहुसंख्य लोकांना मुक्ती मिळावी यासाठी त्यांनी भक्तिमार्ग अवलंबून त्याचा प्रसार-प्रचार केला आणि तोच मार्ग लोकप्रिय केला.

निर्गुण, निराकाराच्या उपासनेवर सामान्य लोक लगेच विश्वास ठेवू शकणार नाहीत, कारण ते त्यांच्या लक्षातच येणार नाही, हे त्यांना ज्ञात होते. म्हणून त्यांनी सगुणांच्या उपासनेवर अधिक भर दिला. त्यांनी सामान्य लोकांसाठी ईश्वरापर्यंत पोहोचण्याचा मार्ग सरळ, सहज केला. महाराष्ट्रात जे कार्य *ज्ञानेश्वरी* लिहून संत ज्ञानेश्वरांनी केले, तेच कार्य तुलसीदासांनी *रामचरित मानस* लिहून

उत्तर भारतात साकारले. ज्यायोगे भारतात भक्तियुगाचा आरंभ झाला.

संत ज्ञानेश्वरांनी नामस्मरणाच्या महतेचा प्रचार केला, त्यांनी भक्तिरसातील अभंग तर लिहिलेच, शिवाय वारकरी यात्रा म्हणजे वारीप्रथेला तात्त्विक अधिष्ठान दिले. आजदेखील ही परंपरा वारकरी संप्रदायात अखंड सुरू आहे. हजारो-लाखो लोक भाळी चंदनाचा टिळा, मुखी विठ्ठलाचे नाम, हाती टाळ-वीणा, मृदंगाचा निनाद आणि अभंगांचा गजर करत भक्तिरसात चिंब होऊन पायी मार्गक्रमण करत आषाढी-कार्तिकी वारीला पंढरपूर येथे जात असतात. अशा प्रकारे त्यांनी भक्तीच्या महाआंदोलनांना आरंभ करून संपूर्ण समाजाची चिंतनाची दिशाच बदलून टाकली. जणू त्यांना अज्ञानरूपी अंधकारातून बाहेर काढून त्यांचे जीवन प्रेम, सद्‌भावना आणि भक्तिरूपी प्रकाशाने देदीप्यमान केले.

संत ज्ञानेश्वर भक्त, ज्ञानी, सिद्धयोगी, दूरदर्शी, कवी आणि सत्यप्रचारकही होते. इतक्या दुर्मीळ गुणांची अभिव्यक्ती त्यांनी केवळ एकवीस वर्षांच्या आयुष्यात केली, हे आश्चर्यच नव्हे का?

निःस्वार्थ जीवन– भक्ती इन ॲक्शन

संत ज्ञानेश्वर आणि त्यांच्या भावंडांचे निःस्वार्थ जीवन हे सर्वांसाठीच अद्‌भुत उदाहरण आहे. जे सर्वांना निःस्वार्थी जीवनाची प्रेरणा देते. सर्वसाधारण लोकांच्या मते निःस्वार्थ जीवन जगणाऱ्यास अनेक यातना सहन कराव्या लागतात. कष्ट तो करत असतो; पण त्या कष्टांचा लाभ मिळतो दुसऱ्याला, अशी त्यांची धारणा असते. मात्र, प्रत्यक्षात असे असत नाही. ज्या मनुष्याने निःस्वार्थ जीवनाची खरी व्याख्या योग्य प्रकारे जाणली आणि ती आचरणात आणली तर त्याच्याइतका सुखी माणूस जगात अन्य कोणी नसतोच. संत ज्ञानेश्वर ज्ञान आणि भक्ती यांची प्रतिमूर्ती बनले होते. ते परम आनंदी अवस्थेत होते आणि लोकांमध्येही तो आनंद वाटत होते. जसे, माझे कल्याण झाले आहे, तसे आता इतरांचेही भले व्हावे, याच भावनेने त्यांनी लोककल्याणाचा विडा उचलला होता.

निःस्वार्थ जीवन जगण्याचा अर्थच मुळी असा आहे, की आपल्या प्रत्येक क्रियेत भक्ती उतरणे म्हणजे सकर्म भक्ती म्हणजेच 'भक्ती इन ॲक्शन'. हनुमानाची भक्ती ही या प्रकारची भक्ती होती. निःस्वार्थ जीवनाचा अर्थ असा घेऊ नये, की आपण इतरांसाठी काही करत आहोत. खरे तर निःस्वार्थ भावनेने आपण इतरांपेक्षा आपल्या स्वतःचेच अधिक भले करत असतो. ते कसे?

मनुष्य जेव्हा व्यक्तिगत इच्छेचे ध्येय बाळगतो, तेव्हा त्याविषयी मोह होऊन तो त्याच्याशी आसक्त होतो. मग त्या इच्छापूर्तीसाठी कधीकधी तो अयोग्य, चुकीची कर्मे करू लागतो, त्यामुळे त्याचे विचार आणि कर्मे दूषित होतात. मग त्याच्यात ईर्ष्या, द्वेष, मत्सर यांसारखे विकार उपजून तो इतरांशी आपली तुलना करू लागतो. जर त्याची इच्छा पूर्ण झाली, तर त्याच्यात अहंकार वाढतो. आधी एक इच्छापूर्ती... मग दुसरी... त्यानंतर तिसरी... अशा प्रकारे एका पाठोपाठ एक अशा अनेक इच्छा निर्माण होऊन तो लोभी बनतो; आणि जर का इच्छा पूर्ण झाली नाही तर तो हताश, निराश होऊन दुःखात बुडून जातो.

एकंदरीत, व्यक्तिगत इच्छा विकार आणि अहंकार वृद्धिंगत करतात; पण इच्छा अव्यक्तिगत, निःस्वार्थ असतील, तर आपण दुर्गुणांपासून वाचतो हे निश्चित. कारण अशा स्थितीत करण्यायोग्य कर्म तर आपण करतच राहाल, परंतु त्यांच्याशी आसक्त होणार नाही. निःस्वार्थ जीवन एक अशी भक्ती आहे, जी सगळ्या दुर्गुणांतून मुक्त करून आपल्याला पवित्र, शुद्ध बनवते. निःस्वार्थ भावनेने जितकी जास्त सेवा आपण कराल, तितके शुद्ध होत जाल.

हे जग म्हणजे ईश्वराची निर्मिती आहे, ही सारी त्याचीच लीला, त्याचीच अभिव्यक्ती आहे. मग या त्याच्या अभिव्यक्तीत आपण कोणते सर्वोत्तम योगदान देऊन त्याची सेवा करू शकतो, याचा विचार आपण करायला हवा. ईश्वराने प्रत्येक मनुष्याला काहीतरी विशेष असा गुण प्रदान केला आहे. कोणी स्वादिष्ट भोजन बनवू शकते, तर कोणी सुरेल गाणे म्हणू शकतो. एखाद्याकडे उत्कृष्ट नियोजनाचे गुण असतात, कोणी चांगला लेखक असतो, तर कोणाला शिकवण्याची कला उत्तमरीत्या अवगत असते. अशा प्रकारे ज्या व्यक्तीत जो गुण श्रेष्ठ आहे, त्याद्वारे त्याने ईश्वराची अभिव्यक्ती करून सर्वश्रेष्ठ, निःस्वार्थ सेवेचे योगदान द्यायला हवे, तरच त्याचे जीवन सफल आहे.

निःस्वार्थ जीवन जगण्याची कला

संत ज्ञानेश्वरांसह चारही संत-संतानांचे जीवनचरित्र वाचून आता तुमच्या मनात प्रश्न निर्माण होऊ शकतो, की 'ते तर दिव्यात्मा होते. एक विशिष्ट ध्येय घेऊनच ते पृथ्वीवर जन्माला आले होते. लहानपणापासूनच त्यांचे संगोपनही तसेच झाले होते. शिवाय, त्यांच्यावर कुठलीही सांसारिक जबाबदारी नव्हती, बंधन नव्हते. परंतु आमच्यासारखे सर्वसामान्य लोक मात्र इच्छा असूनही असे जीवन जगूच

शकणार नाहीत. कारण एवढी प्रचंड महागाई, मुलांचे वाढते खर्च, कौटुंबिक जबाबदाऱ्या, नोकरी, व्यवसाय, अशात नि:स्वार्थ जीवन जगण्याची कल्पना तरी कशी करणार?

तर याचे उत्तर,'हे शक्य आहे' असेही असू शकते. सगळ्या सांसारिक जबाबदाऱ्या स्वीकारून आपला भौतिक विकास साधत असतानाही ज्ञानेश्वरांसारखे नि:स्वार्थ जीवन आपल्याला जगता येऊ शकते. अट मात्र केवळ इतकीच, आपले भाव त्यांच्यासारखे उच्च असायला हवेत. मी जे काही करतोय ते केवळ ईश्वरासाठीच. त्यामागे कुठलाही व्यक्तिगत स्वार्थ अथवा वैयक्तिक महत्त्वाकांक्षा दडलेली नाही, याबाबत आपण ठाम असले पाहिजे. आपले प्रत्येक कर्म जेव्हा या भावनेने होईल, तेव्हा ते कर्मच सेवा बनेल.

प्रत्येक कार्य करताना आपल्याला केवळ त्यामागची भावना, दृष्टिकोन बदलायचा आहे. आपण ठरवलेले कर्म किंवा लक्ष्य न बदलता केवळ त्यामागे असलेली भावना बदलल्यास ते कर्म सेवा बनू शकते. ही बाब विस्ताराने समजून घेण्यासाठी प्रथम आपण व्यक्तिगत आणि अव्यक्तिगत लक्ष्य याबाबत जाणून घेऊ या.

व्यक्तिगत लक्ष्य

केवळ आपल्या वैयक्तिक लाभासाठी आणि समाधानासाठी बाळगलेले ध्येय म्हणजे 'व्यक्तिगत लक्ष्य.' या लक्ष्यांबाबत बोलताना वा विचार करताना नेहमी 'मी, माझं, मला' अशा प्रकारच्या आत्मकेंद्रित शब्दांनीच सुरुवात होत असते. जर तुमचे विचारही यापुरतेच मर्यादित असतील, तर त्याचा अर्थ आहे, की ते तुमचे व्यक्तिगत लक्ष्य आहे. जसे,

- एखाद्या विद्यार्थ्याचे ध्येय असते, मला एखाद्या चांगल्या अभियांत्रिकी महाविद्यालयात प्रवेश मिळावा.
- अभियांत्रिकी महाविद्यालयात शिकत असलेल्या विद्यार्थ्यांचे ध्येय असते, शिक्षण पूर्ण झाल्यानंतर मला चांगल्या कंपनीत नोकरी मिळावी, जेणेकरून माझ्या आयुष्याला स्थिरता प्राप्त व्हावी.
- नामवंत कंपनीत काम करणाऱ्या मनुष्याचे लक्ष्य असते, मला लवकरात लवकर बढती मिळून उच्चपद मिळावे, जेणेकरून मला गलेलठ्ठ पगार, सुखसुविधा आणि मान-सन्मान मिळेल.

- उच्चपदी असलेल्या माणसाचे लक्ष्य असते, माझी स्वत:ची एक नामवंत कंपनी असावी, जिथे मी मालक म्हणून कार्यरत असेन, नोकर नाही.

अशा प्रकारे प्रत्येक मनुष्य आपले व्यक्तिगत लक्ष्य पूर्ण करण्यासाठी झगडत असतो आणि ते पूर्ण करून पुन्हा दुसरे ध्येय साध्य करण्यासाठी लढण्यास सज्ज होत असतो.

अव्यक्तिगत लक्ष्य

मनुष्याने ठरवलेल्या प्रत्येक व्यक्तिगत ध्येयामध्ये त्याचा काही ना काही स्वार्थ नक्कीच असतो, ज्यात तो केवळ स्वत:चाच फायदा बघत असतो. परंतु एक नि:स्वार्थी मनुष्य आपल्या उद्दिष्टपूर्तीसोबत इतरांचेही कल्याण व्हावे, हीच शुभेच्छा बाळगतो. जसे, समाजाला खरे ज्ञान प्रदान करून लोकांना योग्य दिशा देणे हे संत ज्ञानेश्वरोचे नि:स्वार्थ लक्ष्य होते.

महात्मा गांधींनी अव्यक्तिगत दृष्टिलक्ष्य समोर ठेवून भारताच्या स्वातंत्र्यासाठी संघर्ष केला. त्यांना काही स्वतंत्र भारताचा प्रधानमंत्री बनायचे नव्हते किंवा महान नेताही व्हायचे नव्हते. केवळ भारत स्वतंत्र व्हावा म्हणूनच त्यांनी सत्याग्रह केला, आंदोलने केली. म्हणून मग लोकांनीच त्यांना महान नेता मानले. स्वामी विवेकानंदांचे दृष्टिलक्ष्य शाश्वत वेदान्ताचा प्रचार आणि प्रसार हे होते. त्यांना काही रामकृष्ण परमहंस मिशनचे मुख्य बनायचे नव्हते किंवा मिशनला लोकप्रिय करायचे नव्हते.

एका महान तत्त्ववेत्त्याने सांगितले आहे,'एखादा माणूस खरोखरच कुणाची मदत करत असेल तर त्याला कोणी साहाय्य करणार नाही, असे होऊच शकत नाही. हा जगातील सर्वात सुंदर नियमांमधील एक असा अलिखित नियम आहे' जे लोक इतरांवर उपचार करतात, ते स्वत: स्वास्थ्य प्राप्त करतातच. जे लोक आपल्या संपत्तीचा काही हिस्सा दानधर्मात खर्च करतात, त्यांना नियतीही अगणित दौलत बहाल करते. जेव्हा आपण एखाद्याच्या चेतनेचा स्तर उंचावण्याचा प्रयत्न करतो, तेव्हा आपोआपच आपल्या चेतनेचा स्तर उंचावला जातो. म्हणून मन मोठे करून नि:स्वार्थ सेवेचे व्रत जर अंगीकारले, तर सर्वप्रथम आपलेच भले होणार आहे, हे लक्षात ठेवा.

ही गोष्ट एका उदाहरणाद्वारे समजून घेऊ या. समजा, दोन निर्माते आहेत.

दोघेही वेगवेगळे चित्रपट बनवतात. पहिला निर्माता मसाला चित्रपट बनवतो. तो विचार करतो, की त्याचा चित्रपट जास्तीतजास्त लोकांनी बघावा आणि त्यातून त्याचा खूप फायदा व्हावा, त्याला भरपूर पैसे मिळावेत. दुसरा निर्माता मात्र अशा चित्रपटाची निर्मिती करतो, जो उच्च जीवनमूल्यांवर आधारित आहे. त्यालाही वाटते, की आपला चित्रपट अधिकाधिक लोकांनी पाहावा, जेणेकरून त्यांच्या आयुष्यात अधिकाधिक नैतिक मूल्यांचा समावेश होईल आणि त्यांचे आयुष्य प्रेमाने, आनंदाने आणि शांतीने परिपूर्ण होईल. तसे पाहिले तर दोन्ही निर्माते चित्रपट बनवण्याचेच कार्य करत असतात. पण पहिल्याचे कार्य व्यक्तिगत आहे, तर दुसऱ्याचे अव्यक्तिगत. दुसरा निर्माता हा आपल्या कार्याद्वारे नि:स्वार्थ जीवनाची अभिव्यक्ती करत असतो.

तात्पर्य, आपण आपले दैनंदिन कार्य करत असतानाही नि:स्वार्थ जीवन जगू शकतो. यासाठी प्रत्येक कार्य करत असताना आपण स्वत:ला प्रश्न विचारला पाहिजे, की मी या कार्याला अव्यक्तिगत कसं बनवू शकतो? मात्र, अशा वेळी आपला विचार,'सगळा फायदा माझाच झाला पाहिजे' असा सीमित कदापि ठेवू नये. आपल्या काम करण्याच्या पद्धतीत नेहमी काही न काही बदल करून आपण सर्जनशील बनायला हवे.

मनन प्रश्न

१. संत ज्ञानेश्वरांच्या चरित्रातून आपण नि:स्वार्थ जीवनाचे महत्त्व जाणले आहे का?

२. आपण जे काही कार्य करत आहात, ते सेवा (Service) कसे बनवू शकता?

अध्याय १२

'ए'पासून 'झेड'पर्यंतची परिपूर्ण वारकरी यात्रा

उत्सव स्वत:ला जाणण्याचा

संत ज्ञानेश्वरांनी समाजातील सर्व लोकांना भक्तिरूपी अमृतात चिंब भिजवणाऱ्या तीर्थयात्रेला - वारीला तात्त्विक अधिष्ठान दिले. ही यात्रा म्हणजे महाराष्ट्राच्या संस्कृतीचे अविभाज्य अंग आहे आणि ती शेकडो वर्षांपासून नियमितपणे सुरू आहे. 'वारकरी' हा शब्द, दोन शब्द मिळून बनला आहे. वारीचा अर्थ आहे, परिक्रमा आणि करी म्हणजे करणारा. या यात्रेत सहभागी झालेल्या भक्तांना 'वारकरी' असे म्हटले जाते. वारकरी आपापल्या गावातून तेथील प्रमुख संतांच्या पालखीसह पंढरपूरकडे प्रस्थान ठेवतात. नाचत-गात, भजन-अभंग म्हणत, विठ्ठलाचे नामस्मरण करत भक्तिरसात न्हाऊन तेही पदयात्रा करत असतात. मग पंढरपूर इथे पोहोचून ते विठ्ठलाची प्रदक्षिणा आणि पूजाअर्चा करतात.

पुण्याजवळील आळंदी गावातून संत ज्ञानेश्वरांची पालखी घेऊन लाखो वारकरी भक्त पंढरपूरकडे प्रयाण करतात. याच प्रकारे पैठणहून संत एकनाथ महाराजांची, देहूगावाहून संत तुकारामांची, जळगावहून मुक्ताबाईंची, साताऱ्याहून समर्थ रामदासांची पालखी निघते. हे सर्व महाराष्ट्रातील प्रमुख संत आहेत. त्यांनी ईश्वरभक्तीचा प्रचार-प्रसार सर्वत्र केला. जातिभेदाला विरोध करून प्रेम, भक्ती आणि मानवधर्म यांची शिकवण त्यांनी सर्वांना दिली.

हे तर बाह्य जगातल्या वारकरी यात्रेविषयी झाले; परंतु वास्तवात वारकरी यात्रा म्हणजे 'आंतरिक' यात्रा असून, ती केल्याशिवाय बाह्य यात्रेचा काही उपयोग होत नाही. आंतरिक यात्रा केली नाही, तर बाह्य यात्रा म्हणजे केवळ

एक कर्मकांड आणि वेळेचा अपव्यय ठरतो. आता आंतरिक वारकरी यात्रा म्हणजे नक्की काय, ती नेमकी कुठून सुरू होते, कुठे थांबते आणि वास्तवात ती कुठे पोहोचायला हवी, तिचे अंतिम ध्येय काय आहे, या सर्व प्रश्नांची उत्तरे जाणून घेण्याकरिता ही यात्रा आपण सुरू करू या.

वारी - 'ए'पासून 'झेड'पर्यंतची यात्रा

संत ज्ञानेश्वर हे वारकरी संप्रदायाचे प्रमुख संत होते, आहेत आणि असतील. त्यांनी सुरू केलेली वारकरी यात्रा म्हणजे वास्तविक 'ए टू झेड' यात्रा होती.

इथे 'ए'चा अर्थ आहे आळंदी. अर्थात, आळंदीहून या आनंदयात्रेची सुरुवात होते, तर मध्ये येतो 'पी' म्हणजे पंढरपूर, हे वारकऱ्यांच्या विसाव्याचे स्थान आहे. हा भक्तिमार्ग भक्तांना पंढरपूरपर्यंत तर पोहोचवतो; परंतु बहुतांश भक्त पंढरपूर हेच आपले अंतिम ध्येय आहे, असे समजून या विसाव्यावरच थांबतात. मात्र संत ज्ञानेश्वर पंढरपूरला पोहोचूनही तिथेच थांबले नाहीत, त्यांची यात्रा निरंतरपणे पुढे सुरूच राहिली. कारण त्यांना अंतिम स्थान 'झेड'वर पोहोचायचे आहे, हे ठाऊक होते. याचाच अर्थ, कुठल्याही वारीचा अथवा धार्मिक कार्याचा खरा उद्देश 'झेड'पर्यंत पोहोचायचं हाच असायला हवा. इथे 'झेड'चा अर्थ 'झिरो' म्हणजेच शून्यावस्था असा आहे. वास्तवात यात्रेचे अंतिम ध्येय केवळ पंढरपूरच नव्हे, तर त्याच्याही पुढे असलेली शून्यावस्था, स्वानुभव आणि समाधी-अवस्था प्राप्त करणे, हेच आहे.

आळंदीहून आनंदयात्रेची सुरुवात

यात्रेस सुरुवात होणे ही खूप महत्त्वाची गोष्ट आहे, कारण जो मनुष्य यात्रेस आरंभ करतो, तोच ध्येय गाठण्याची शक्यता असते. लोक वेगवेगळ्या कारणांनी वारकरी यात्रा म्हणजे भक्तीच्या मार्गावर चालण्यास प्रारंभ करतात. यातील काही लोक दुःखांनी त्रासलेले असतात, तर काही समस्याग्रस्त असतात. त्यातून समाधान प्राप्त करण्यासाठी जेव्हा अन्य कोणताही मार्ग दिसत नाही, तेव्हा त्यांना ईश्वराच्या साहाय्याची गरज भासते. तर काही लोक प्रापंचिक जबाबदाऱ्यांतून काही काळ सुटका मिळण्यासाठी या यात्रेत सहभागी होतात; पण असे लोक या यात्रेचा योग्य प्रकारे लाभ घेऊ शकत नाहीत, त्यांच्यासाठी ही यात्रा म्हणजे केवळ 'टाइमपास' ठरतो.

ज्या यात्रेच्या शेवटी हिरा (स्वानुभव) गवसणार होता, त्या मार्गावरून अर्ध्यातूनच ते रिकाम्या हाताने परततात. पण काही लोक असेही असतात, ज्यांना खरोखरच सत्याची तृष्णा असते, ध्यास असतो. ते आपल्या या आनंदयात्रेची सुरुवात आनंदाने करताना म्हणतात,'हे ईश्वरा, मला आता तुझ्यापेक्षा कमी असे काहीही नको.' असे लोक पंढरपूरला जाऊन केवळ तेवढ्यावरच थांबत नाहीत, तिथून मागे परतत नाहीत तर संत ज्ञानेश्वर, गुरुनानक, बुद्ध, मीरा यांच्याप्रमाणे पुढची यात्रा सुरू ठेवतात.

यात्रेचे ध्येय– शून्यावस्था

शून्यावस्था ही त्या परम चैतन्याची, सेल्फची, निराकाराची, स्वानुभवाची मूळ अवस्था आहे. या अवस्थेलाच 'सर्वव्यापक, अनादि, अनंत, नि:शब्द, अद्वैत अथवा अव्यक्त' असेही म्हटले गेले आहे. शिवाय, या अवस्थेला 'सेल्फ ॲट रेस्ट',''स्व'मध्ये आराम अवस्था' अथवा 'महासमाधी अवस्था' असेही म्हणता येऊ शकते. ही अवस्था म्हणजे शून्यत्वाची अवस्था म्हणजे अशी अवस्था आहे... जेव्हा ईश्वर अव्यक्त होता... त्याने स्वत:ला प्रवृत्ती अथवा मायेद्वारे प्रकट केले नव्हते... ना संसाराचा सारीपाट मांडला होता, ना मोहमायेचा खेळ रचला होता... मग या अवस्थेत होते तरी काय? तर, काहीच नाही! होती फक्त रिक्तता... आणि अद्वैतावस्थेतील तो जो काहीही नसूनसुद्धा सर्वव्यापी होता. ही सर्व अवस्थांच्या प्रारंभीची अवस्था आहे. ही अवस्था शब्दांत व्यक्त करता येणे केवळ अशक्य! कारण ती केवळ अनुभवण्याचीच गोष्ट आहे. या अवस्थेत काहीच नसूनही सर्व काही सामावले आहे.

या अनुभवाची प्रचिती घेण्यासाठी त्याच्याशी एक शरीर जोडले गेले. दुसऱ्या शब्दांत सांगायचे तर, अनुभवाने स्वत:चा अनुभव करण्यासाठी शरीररूपी माध्यम तयार केले. समजा, तुम्हांला जर स्वत:लाच बघायची इच्छा असेल, तर तुम्ही कसे पाहू शकाल? डोळे स्वत:ला कसे बघतील? तर, यासाठी एखादा आरसा किंवा एखादे असे माध्यम हवे, ज्यात तुम्हांला स्वत:चे प्रतिबिंब दिसेल. कारण डोळे तर आधीच उपलब्ध होते. मग त्याने त्या माध्यमाद्वारे स्वत:ला पाहिले, जाणले, अनुभवले आणि स्वत:ची प्रशंसा केली.

अनुभवाजवळ जर शरीररूपी आरसा ठेवला गेला नसता तर अनुभवाने, अनुभवाचा, अनुभव कसा केला असता बरे? यासाठी अनुभवासोबत शरीर जोडणे

आवश्यक होते; परंतु आपण तर शरीरालाच सर्व काही समजून, स्वतःला शरीर मानूनच जगत असतो. मनुष्याला जर योग्य ज्ञान मिळाले नाही, सत्य समजले नाही तर त्याचे सगळे आयुष्य 'मी शरीर आहे' या भ्रमातच व्यतीत होते; त्याचे सगळे विचार, क्रिया आणि निर्णय 'मी शरीर आहे' याच मूळ विचाराच्या अनुषंगाने होत असतात.

योग्य गुरू भेटल्यानंतरच आपली वारकरी यात्रा खऱ्या अर्थाने सुरू होते. आपले ध्यान साधून आपल्याला अनुभवाची जाणीव होते. मग 'मी शरीर नसून शरीरापासून अलिप्त आहे' हे वास्तव आपल्या समोर प्रकटते. ज्याप्रमाणे एखादा चालक कार चालवत असतो; पण तो स्वतःला कार समजत नाही. त्याचप्रमाणे आपण जरी स्वतःला शरीर मानत असलो, तरी प्रत्यक्षात आपण शरीर नसून त्याचे चालक आहोत, हे वास्तव लक्षात येताच आपले जीवन 'महाजीवन' बनते. जसजसे हे सत्य आपण अनुभवाने जाणू लागतो, तसतशी आपली दृढता वाढत जाते. मग आपण त्याच अवस्थेत जगू लागतो. आपले सगळे विचार, निर्णय, क्रिया त्याच अनुभूतीतून होऊ लागतात.

हीच ती 'झेड अवस्था, झीरो अवस्था, शून्यावस्था' आहे, जी प्रत्येक अवस्थेपूर्वीची अवस्था असून ती बुद्धीपलीकडील गोष्ट आहे. प्रत्यक्ष अनुभव घेतल्याशिवाय ही अवस्था आपण जाणू शकत नाही.

पंढरपूर - मध्यभागी असलेले विसाव्याचे स्थान

अनुभव, जो शब्दातीत आहे, ज्याचे वर्णन करणे अशक्य आहे, ज्याबाबत काही समजावताही येत नाही, तो प्राप्त झाल्यानंतर कोणती अवस्था येईल, मग अशा यात्रेसाठी, अनुभवासाठी लोकांना प्रेरित कसे करावे, हा गहन प्रश्न आहे. वास्तविक ही शून्यावस्था प्राप्त करणेच मानवी जीवनाचे मूळ लक्ष्य आहे; परंतु ज्याला पाहता येत नाही, ज्याची कल्पना करता येत नाही, त्याच्या दिशेने होणारी ही यात्रा एक कोडेच बनून जाते.

म्हणून मग या यात्रेत असे लक्ष्य ठेवले जाते, जे प्रत्यक्ष दिसेल; पुढे वाटचाल करण्यासाठी आपल्याला प्रेरित करेल... हे मध्यभागी असलेले विसाव्याचे स्थान म्हणजेच पंढरपूर! लोक कोणती तरी इच्छा मनात बाळगून यात्रेस आरंभ करतात. जसे, काही लोक दुःखांतून मुक्त होण्यासाठी यात्रारंभ करतात, तर काही केवळ सुखप्राप्तीच्या उद्देशाने यात्रेला निघतात, तर काही लोकांचे

यात्रा करण्यामागे उद्दिष्ट असते, दिलासा मिळवणे, स्वतःचे कुतूहल शमवणे. परंतु, जेव्हा ते पंढरपूरला पोहोचतात, म्हणजे ध्येय गाठले असे त्यांना वाटते, तेव्हा पुढे जाण्याची त्यांची इच्छा कमीकमी होत जाते. खरे सत्यप्रेमी, जिज्ञासू विसाव्यानंतरची पुढील वाटचाल पूर्ण करू लागतात.

कित्येकदा लोक ध्यानात काही अनुभव प्राप्त करतात, तेव्हा त्यांना काही अलौकिक अनुभूती मिळण्यास सुरुवात होते; मात्र त्यानंतर ते ध्यानात बसतच नाहीत. त्या अनुभूतीच्या चाहुलीनेच ते इतके खूश होतात, की त्यांना वाटते,'बस्स! आता त्यांना आणखी काही करायची आवश्यकताच उरली नाही, त्यांना संपूर्ण अनुभव प्राप्त झाला.' या अवस्थेला 'तुरीय अवस्था' असेही म्हटले आहे, जिथे मनुष्याला काही विलक्षण अनुभव येतात. हे यात्रेतील असे विश्रामाचे ठिकाण आहे जे अत्याधिक सुंदर आहे. पण, ही अवस्था प्राप्त झाल्यानंतर कित्येक लोकांसोबत असे घडते, की त्यांच्या प्रवृत्ती त्यांना पुन्हा मायेकडे खेचतात. आणि अशा स्थितीत त्यांचे पुन्हा पतन होऊ शकते.

यात्रेत सावधानता बाळगा

समजा, एक सात फूट उंचीची भिंत आहे. एखादा मनुष्य भिंतीचा वरील भाग हातांनी पकडून स्वतःला वर उचलतो आणि भिंतीपलीकडे पाहण्याचा प्रयत्न करतो. त्याला तिथून भिंतीपलीकडील बाजूची थोडीफार अनुभूती मिळते. खरे तर त्याला भिंत पार करून पलीकडे जायचे असते. परंतु त्याच्या हातांत तितकी शक्ती नसते, म्हणून तो पुन्हा भिंतीवरून खाली घसरतो. तो त्याचे संपूर्ण बळ एकवटून स्वतःला वर तर उचलतो, भिंतीपलीकडे डोकावतोही; पण काही क्षणांनंतर पुन्हा खाली घसरतो.

आता तो खाली असलेल्या इतर लोकांना सांगू लागतो,'मला असा विलक्षण अनुभव आला... आत्मानुभव असा असतो...' खरे तर त्याच्यात शक्ती कमी असल्याने तो भिंतीपलीकडे जाऊ शकत नाही. त्यामुळे त्याने व्यायाम करायला हवा होता. मन, बुद्धी आणि शरीर यांना प्रशिक्षित करायला हवे होते. परंतु त्याने ते काही केले नाही. कारण अनुभवाची झलक मिळाल्यानंतर आणखी काही प्राप्त करण्याची, जाणण्याची त्याची इच्छाच मंदावली. त्याला अनुभवाच्या झलकेतच थोडा दिलासा मिळाला.

आता ज्या लोकांना तो आपला अनुभव सांगतो, ते त्याची प्रशंसा करू

लागतात, त्याला महान समजू लागतात. कारण त्यांच्यासाठी तर हा अनुभव प्राप्त करणेही खूप मोठी गोष्ट असते. परिणामी, त्याला त्याच्या वृत्तींवर नियंत्रण राखता येत नाही. त्याचा अहंकारही पुष्ट होतो. मग अशा लोकांची यात्रा तिथेच थांबते. एवढेच नव्हे, तर ते यात्रेत उलट्या दिशेने, चुकीच्या दिशेने भरकटू लागतात.

अशा स्थितीत समोर जेव्हा काहीच दिसत नाही किंवा जे मिळाले आहे त्यातच मन अल्पसंतुष्ट होते, तेव्हा केवळ गुरूच योग्य मार्ग दाखवू शकतात. अशा वेळी गुरूंचीच भूमिका महत्त्वपूर्ण ठरते. ते आपल्याला सांगतात,'तुम्ही मध्येच अडकला आहात... पुढे मार्गक्रमण करत राहा... अंतिम लक्ष्य अद्याप साधायचे आहे...' म्हणून गुरूंवर श्रद्धा आणि दृढ विश्वास असणे अत्यंत आवश्यक आहे. गुरू सांगत असलेले जरी योग्य वाटत नसले, तरी त्यांच्या मार्गदर्शनानुसार ध्यानाचा सराव सुरू ठेवायलाच हवा. मात्र, त्यासाठी गुरुंप्रति श्रद्धा, विश्वास आणि समर्पित भाव असणं अत्यंत आवश्यक आहे.

मनन प्रश्न

१. संत ज्ञानेश्वरांसोबत 'ए टू झेड' वारकरी यात्रा करायला आपण तयार आहात का?

२. आपली यात्रा विश्रामस्थानालाच अंतिम ध्येय समजून थांबलेली तर नाही ना?

३. आपल्या यात्रेत आलेल्या बाधा समजून घेत त्यासाठी तुम्ही गुरूंकडून मार्गदर्शन घेता का?

अध्याय १३

शक्तीतून भक्तीकडे
चांगदेवांचे समर्पण

शक्ती आणि भक्ती या दोन्हींमध्ये आपल्याला जास्त काय आकर्षित करते, हा आपल्यासाठी एक प्रश्न आहे. तुमचे उत्तर 'शक्ती' असेल, तर हा अध्याय आपल्याला या प्रश्नाचे योग्य उत्तर शोधण्यासाठी निश्चितच मदत करेल. कारण आजवर आपण मोहमायेत राहिल्याने शक्तीलाच महत्त्व देत आलोय; परंतु संत ज्ञानेश्वरांसारखे नि:स्वार्थ आणि स्वानुभवावर स्थापित महाजीवन जगण्याची आपली इच्छा असेल, तर निश्चितच आपल्याला स्वत:चा दृष्टिकोन बदलावा लागेल. वास्तविक आपल्या जीवनात शक्तीने भक्तीसाठी काम करायला हवे. शक्ती प्राप्त करण्यासाठी भक्तीचा उपयोग होता कामा नये. भक्तीचे महत्त्व नेहमी शक्तीपेक्षा अधिकच असायला हवे आणि शक्तीचा उपयोग केवळ ईश्वरीय अभिव्यक्ती आणि भक्ती वृद्धिंगत करण्यासाठीच व्हायला हवा. हीच बाब आपण महायोगी, सिद्धपुरुष चांगदेवांच्या कहाणीद्वारे समजून घेऊ.

चांगदेव आणि संत ज्ञानेश्वर

चांगदेव त्या काळातील एक महान सिद्धयोगी होते. त्या वेळी त्यांचे वय शंभरहून अधिक होते (काही लोकांचे म्हणणे आहे, ते १४०० वर्षांचे होते). आपल्या योगसाधनेच्या बळावर त्यांनी शरीराच्या मृत्यूवरही विजय प्राप्त केला होता. त्यांना अनेक सिद्धी प्राप्त झाल्या होत्या, तसेच त्यांना हजारो शिष्यगणही होते. त्या काळातील ते एकमेव महान सिद्धयोगी असल्याने त्याचा त्यांना अतिशय गर्व

होता. चांगदेवांना अनेक सिद्धी प्राप्त झाल्या असल्या, तरी स्वानुभव प्राप्त करून देणारे गुरू अद्याप त्यांच्या जीवनात आले नव्हते. म्हणून स्वतःच्या तपसिद्धीने चमत्कार दाखवून शिष्यांची संख्या कशी वाढेल, यावरच त्यांचे लक्ष केंद्रित झाले होते. लोकांना चमत्कार दाखवून विनाकारण शक्तिप्रदर्शनाचे कार्य केल्याने अहंकार वाढतो, शिवाय अहंकार हा भक्ती आणि स्वानुभवप्राप्तीत सर्वात मोठा अडथळा ठरतो, हे त्यांच्या लक्षात येत नव्हते.

अशातच संत ज्ञानेश्वरांच्या कीर्तीचा सुगंध चांगदेवांपर्यंत पोहोचला. त्यांच्या शिष्यांनी त्यांना सांगितले,'ज्ञानदेव नावाचा एक किशोरवयीन मुलगा अगदी सामान्य भाषेत, लोकभाषेत लोकांना परमज्ञान देत आहे. त्यांच्यात भक्तिभाव जागृत करत आहे. एवढेच नाही, तर त्याच्या सहवासाने लोक परमानंदाचा अनुभवही घेत आहेत. परिणामी, लोकांमध्ये आता कोणत्याही भौतिक इच्छा, दु:ख, यातना यांचा लवलेशही राहत नाही. तो मुलगा जनसामान्यात ज्ञान आणि आनंद यांचा असा अमृतरूपी वर्षाव करत आहे, की त्याच्यासमोर सगळ्या सिद्धी - चमत्कार कवडीमोल ठरतात.'

एका किशोरवयीन मुलाची इतकी प्रशंसा ऐकून चांगदेवांचा अहंकार अधिकच बळावला. आता ते संत ज्ञानेश्वरांना भेटण्यासाठी आणि आपली श्रेष्ठता सिद्ध करण्यासाठी अगदी उतावीळ झाले होते. प्रत्यक्ष भेटण्यापूर्वी ज्ञानेश्वरांना एक पत्र लिहावे, असा त्यांनी विचार केला. त्यांनी पत्र लिहिण्याचा आटोकाट प्रयत्न केला; परंतु ते अयशस्वी ठरले. कारण ज्ञानेश्वरांसाठी कोणते संबोधन वापरावे, त्यांना काय लिहावे, हेच त्यांच्या लक्षात येत नव्हते. मनाची अशी घालमेल चाललेली असताना केवळ एक कोरे पत्र त्यांनी संत ज्ञानेश्वरांना आपल्या शिष्यांकरवी पाठवले.

संत ज्ञानेश्वर चांगदेवांचे ते कोरे पत्र बघून हसले. त्यांनी ते पत्र आपल्या भावंडांना दाखवले. पत्र पाहून मुक्ताबाई चांगदेवांच्या शिष्याकडे बघून हसत म्हणाली,"अरे वा! शंभर वर्षांहून अधिक तपश्चर्या केल्यानंतरही तुम चे योगीमहाराज अजूनही कोरेच राहिलेत तर!" त्यानंतर संत ज्ञानेश्वरांनी त्या कोऱ्या कागदावर पासष्ट ओव्यांतून अध्यात्मातील काही गूढ गोष्टी लिहून चांगदेवांना पाठवल्या. त्यांच्याद्वारे लिहिल्या गेलेल्या त्या उत्तराला *चांगदेव पासष्टी* असे म्हटले जाते, जे आजही उपलब्ध आहे. लोक ज्ञानेश्वरीसोबतच याचेही पठण, अध्ययन करतात.

निवृत्तिनाथ चांगदेवांच्या शिष्यास म्हणाले,''आमच्या मनात महायोगीराज चांगदेवांबद्दल अपार श्रद्धा आणि प्रेम आहे. त्यांना योग्य वाटत असेल, तर त्यांनी इथे येऊन आमचे आतिथ्य स्वीकारावे आणि आम्हांला दर्शन देऊन कृतार्थ करावे.'' संत ज्ञानेश्वरांचे उत्तर वाचून, हा मुलगा म्हणजे कोणी साधारण भक्त किंवा साधू नाही, हे चांगदेवांच्या लक्षात आले. त्याचबरोबर मुक्ताबाईंनी मारलेला शेरा आणि निवृत्तिनाथांचे विनम्र निवेदन ऐकून चांगदेवांच्या मनात आता या सर्वांना भेटण्याची उत्सुकता जागृत झाली. त्यांनी निवृत्तिनाथांचा प्रस्ताव लगेच स्वीकारला.

ज्या मनुष्यात अहंकार ठासून भरलेला असतो, तो त्याच्या प्रत्येक क्रियेत प्रतिबिंबित होत असतो. चांगदेवांच्या मनातही स्वत:च्या सिद्धी आणि शक्तींविषयी खूप अहंकार होता, त्यांचे प्रदर्शन करून आपले सामर्थ्य दाखवावे या हेतूने ते संत ज्ञानेश्वरांना भेटण्यासाठी मोठ्या उत्साहाने आपल्या लवाजम्यासह निघाले. त्यांच्यासोबत शेकडो शिष्य होते, जे त्यांच्या नावाचा उद्घोष करत चालले होते. चांगदेव व्याघ्रावर स्वार झाले होते. वाघाचा लगाम म्हणून त्यांनी हातात एक भयानक साप घेतला होता. जे पाहून कोणीही भयभीत व्हावे असेच ते दृश्य होते.

चांगदेवांची ही अशी भव्य मिरवणूक निघाली होती, तर याउलट संत ज्ञानेश्वर आणि त्यांची भावंडे त्या वेळी आपल्या झोपडीच्या तुटलेल्या भिंतीवर बसली होती. त्यांना आपल्या ज्ञानाचा थोडाही अभिमान नव्हता अथवा उणिवांची खंतही नव्हती. त्यांची अवस्था त्यापलीकडची असल्याने प्रत्येक परिस्थितीत आनंदी राहण्याची कला त्यांनी आत्मसात केली होती.

त्यांनी जेव्हा चांगदेवांच्या आगमनाविषयी ऐकले, तेव्हा ते विचारात पडले, की आपल्याकडे तर एखादेही उपयुक्त वाहन नाही अथवा असे कोणतेही साधन नाही, जेणेकरून महान योगिराज चांगदेवांच्या स्वागताकरिता सामोरे जाता यावे. मग आता काय करावे बरे? यावर ज्ञानेश्वरांनी विचार केला, चला, याच भिंतीवर बसून त्यांच्या स्वागताला जाऊ या. या विचारानेच मग त्यांनी त्या भिंतीलाच चालण्याचा आदेश दिला. आणि त्यांची आज्ञा मिळताच ती भिंतही चालू लागली.

चांगदेवांनी जेव्हा दुरूनच या चारही भावंडांना भिंतीवर बसून येताना पाहिले, तेव्हा ते आश्चर्यचकित झाले. संत ज्ञानेश्वरांपेक्षा श्रेष्ठ असण्याचा आणि

योगविद्येत प्रावीण्य मिळवल्याचा त्यांचा अहंकार तत्क्षणी गळून पडला. ते विचार करू लागले, 'मी तर वाघ, सिंह, साप यांसारख्या जिवंत प्राण्यांवर अधिकार प्राप्त केला आहे; परंतु यांनी तर निर्जीव वस्तूंवरही आपले श्रेष्ठत्व सिद्ध केले आहे आणि तरीही यांच्यात अभिमानाचा लवलेशही नाही!' अशा प्रकारे चांगदेव संत ज्ञानेश्वरांच्या अहंकाररहित सरळ-सहज स्वभावाने आणि उच्च ज्ञानाने अतिशय प्रभावित झाले. संत ज्ञानेश्वरांसमोर नतमस्तक होत त्यांनी विनंती केली, की 'कृपया, मला तुमचा शिष्य म्हणून स्वीकारा.' संत ज्ञानेश्वरांनी चांगदेवांची ही विनंती मान्य करून त्यांना आपल्या शिष्याच्या रूपात स्वीकारले.

संत ज्ञानेश्वरांनी चांगदेवांना शिकवले की 'योग हा काही सिद्धी प्राप्त करून अहंकार वाढवण्यासाठी नसून, शरीराला अमरत्व देण्यासाठीही नाही. किंबहुना अहंकार विलीन करून परमतत्त्व प्राप्त करण्यासाठीच यांचा उपयोग आहे. या सिद्धींचा उद्देश एखादी विशिष्ट गोष्ट प्राप्त करणे हा नसून, 'शून्यत्व' प्राप्त करणे, हाच त्यांचा मूळ उद्देश आहे. शून्यत्व म्हणजे 'काहीही नाही'... पण या काहीही नसण्यातच सर्व काही सामावले आहे. आपल्यातील 'मी' आणि वेगळेपणाची भावना विलीन करून परमतत्त्वासोबत एकरूप होणे म्हणजेच योग होय.' ज्ञानदेवांचा शिष्य बनूनच चांगदेवांना योगसाधनेचा खरा अर्थ समजला.

चेतनेचा स्तर कसा ओळखावा?

महापुरुषांसंबंधीच्या काही गोष्टी अधिक प्रभावी बनवण्यासाठी त्यांत अशक्यप्राय वाटणाऱ्या अथवा प्रतीकात्मक बाबींचा समावेश केला जातो, ज्यायोगे ऐकणाऱ्यांवर त्यांचा प्रभाव पडून लोकांना गहन गोष्टींचे ज्ञान व्हावे. या कथेबाबतही असेच आहे. चांगदेवही महान सिद्धयोगी होते आणि संत ज्ञानेश्वरही; परंतु दोघांच्या चेतनेच्या स्तरात फारच अंतर होते. संत ज्ञानेश्वर स्वानुभवात स्थापित होते; पण चांगदेवांना मात्र अद्याप ती पातळी गाठता आलेली नव्हती. आता दोघांच्या चेतना स्तरातील हा फरक कसा दाखवला जावा? तर, हे त्यांच्यातील अंतर दाखवण्यासाठीच प्रतीकात्मक रूपांत त्यांच्या वाहनांचा (वाघ, साप, भिंत) उल्लेख केला गेला आहे.

सर्व सजीव-निर्जीवांपेक्षा मनुष्याची चेतना उच्च असते. मनुष्यात विचार करण्याची क्षमता इतर प्राण्यांपेक्षा जास्त असते. जड वस्तूंमध्ये चैतन्य सर्वात कमी म्हणजे जवळजवळ नसल्यासारखेच असते. मात्र मनुष्यात या चेतनेचे,

चैतन्याचे विविध स्तर आढळतात. काहींची चेतना निम्न असते, काहींची मध्यम तर काहींची सर्वोच्च! मात्र, आत्मसाक्षात्कारी मनुष्य चेतनेच्या सर्वोच्च स्तरावर असतो. एखादा मनुष्य जेव्हा खून, हिंसा असे अक्षम्य अपराध करतो, तेव्हा आपण 'हा मनुष्य पशुतुल्य वागतोय', असे म्हणतो. अर्थात, त्याचे शरीर जरी मनुष्याचे असले, तरी त्याची चेतना, वागणे हे पशुसमान असते. एखाद्या मूर्ख, तमोगुणी मनुष्यालाही अल्पमती, जडबुद्धी किंवा दगड म्हटले जाते, कारण त्याची चेतना अतिशय निम्न असते. एखादा माणूस जितका उच्च चेतनेवर असतो, तितका तो निम्न चेतना असणाऱ्या मनुष्याशी उत्तम संवाद साधू शकतो, त्याला योग्य मार्ग दाखवू शकतो. जगात असे कितीतरी महान संत– महात्मा झाले आहेत, ज्यांच्या सान्निध्यात आल्यानंतर त्यांच्या मार्गदर्शनाने, दयार्द्र दृष्टीने आणि केवळ स्पर्शानेही निम्न चेतनेच्या मनुष्याचे हृदयपरिवर्तन घडले आहे. त्यानंतर तो सकारात्मक बनून सत्यशोधकही बनल्याचे आढळते. गौतम बुद्धांच्या उच्च चेतनेमुळे अनेक निम्नस्तरीय लोकांना योग्य मार्ग गवसला.

कहाणीत पुढे असे सांगितले आहे, चांगदेवांनी वाघाला वश करून ठेवले होते. याचाच अर्थ, प्राण्यांसारखी निम्न चेतना असणाऱ्या लोकांवरही ते आपला प्रभाव टाकू शकत होते, त्यांना आपल्या आज्ञेत ठेवू शकत होते. परंतु, संत ज्ञानेश्वरांनी तर भिंतीसारख्या निर्जीव वस्तूलाही वश केले. याचाच अर्थ, त्यांची चेतना इतकी उच्च होती, की ते अत्यंत जड चेतना असणाऱ्या लोकांवरही आपले प्रभुत्व गाजवू शकत होते, त्यांना योग्य मार्गावर चालण्यासाठी प्रेरित करू शकत होते आणि हे काम त्यांनी आपल्या शरीराच्या अल्प आयुष्यात करून दाखवले. अगदी अशाच प्रकारे सामान्य, भोळ्याभाबड्या, ज्ञानाचा एकही शब्द न समजणाऱ्या लोकांमध्येही त्यांनी सत्यरूपी प्रकाश पसरवून त्यांचे जीवन उजळून टाकले. हीच त्यांची सर्वोच्च अभिव्यक्ती होती. संत ज्ञानेश्वरांनी पशुसमान निम्न चेतना असणाऱ्यांद्वारेही वेद वदवले. निर्जीव भिंतीसमान जड चेतना असलेल्या लोकांनाही सत्याचा मार्ग दाखवला. त्यांच्या सहवासात तमोगुणी, हिंसक, मंदबुद्धी असलेल्या लोकांचीही चेतना वाढली. इतकेच नव्हे, तर चांगदेवांसारख्या महान योग्यानेही त्यांचे श्रेष्ठत्व मान्य केले.

अहंकारावर नव्हे, तर भिंतीवर स्वार व्हा

या कहाणीत वाघ, साप आणि भिंत यांच्या माध्यमातून आणखी काही संकेत

दिले आहेत. चांगदेव वाघावर स्वार होऊन, हातात भयानक सर्प घेऊन आले होते की नाही, हे ठाऊक नाही; परंतु हे वर्णन असे दर्शवते, की ते त्यांच्या शक्ती आणि सिद्धींच्या अहंकाराने पुष्ट झाले होते. त्यांचे ते भव्य प्रदर्शन एका संताच्या भूमिकेला साजेसे निश्चितच नव्हते. याचाच अर्थ, ते सिद्ध आणि शक्तिशाली तर होते; परंतु स्वानुभवाच्या त्या परम अवस्थेपासून अद्याप खूपच दूर होते, जिथे खरे तर अशा कोणत्याही प्रदर्शनाची आवश्यकताच भासत नाही.

इथे वाघ प्रतीक आहे शक्तीचे, तर सर्प मृत्यूचे. हातात सर्प घेऊन चालणे याचाच अर्थ त्यांनी मृत्यूवर विजय प्राप्त केला होता. परंतु तो केवळ त्यांचा भ्रमच होता. कारण त्यांना केवळ शरीरासाठी दीर्घायुष्य मिळाले होते, जे त्यांच्या अहंकाराचे कारणही बनले होते. वास्तविक मृत्यूचा खरा अर्थ आहे,'अहंकाराचा मृत्यू'! पण त्यांचा अहंकार तर नाहीसा झालाच नव्हता. मनुष्य जेव्हा 'मी शरीर नाही, तर परम चैतन्य (सेल्फ) आहे आणि सर्वांमध्ये सामावलेलो आहे', हे वास्तव जाणतो; तेव्हाच तो मृत्यूवर खरा विजय प्राप्त करू शकतो. वाघावर स्वार होणे याचा अर्थ त्यांची साधना शक्ती आणि सिद्धी यांच्यापुरतीच मर्यादित होती. यापलीकडील परम अवस्था त्यांनी कधी जाणलीच नाही.

तेच दुसरीकडे संत ज्ञानेश्वर आणि त्यांची भावंडे भिंतीवर बसून आली होती. इथे प्रश्न आहे, की भिंत हे कशाचे प्रतीक आहे? यातून कोणता अर्थबोध घ्यायचा? तर भिंत हे प्रतीक आहे स्थैर्य आणि मजबुतीचे. जी प्रत्येक अवस्थेत म्हणजे मानापमानात, सिद्धी असल्या अथवा नसल्या तरीही, यश मिळो अथवा न मिळो, आयुष्यात समस्यांची कितीही वादळे आली तरीही ती स्थिर, खंबीर असते. संत ज्ञानेश्वर आणि त्यांची भावंडे आपले संपूर्ण आयुष्य अशाच खंबीरपणे जगले.

भिंत किती मजबूत आहे, हे तिच्या पायावरच अवलंबून असते. पाया जितका मजबूत असेल तितकीच भिंतही मजबूत असते. त्या चारही भावंडांच्या जीवनाचा आधार मजबूत पाया हाच होता. त्यांचा पाया ज्ञान आणि भक्ती यांवर आधारित असल्यानेच ते समाजातील कुप्रथांविरोधात खंबीरपणे उभे राहू शकले. त्यांच्याऐवजी डळमळीत पाया असणारे लोक असते तर इतकी अमाप दुःखे आणि यातन यांनी नक्कीच खचून गेले असते.

भिंत कितीही उंच, सुंदर, आकर्षक बनली असली तरीदेखील ती आपल्या आधारापासून विभक्त होत नाही, स्रोतापासून दूर जात नाही. म्हणजेच जमिनीशी

घट्ट, संलग्न असते. हा भिंतीचा तिसरा आणि सर्वात महत्त्वपूर्ण गुण आहे. जो मनुष्य सतत 'स्व'शी, स्रोताशी जोडलेला असतो, म्हणजेच चेतनेच्या उच्च अवस्थेत स्थापित होतो, तोच जीवनात सर्वोच्च अभिव्यक्ती करू शकतो. त्या वेळी तो खरे तर अहंकाराची नव्हे, तर सत्य आणि मानवता यांची सेवा करत असतो. संत ज्ञानेश्वर, कबीर, गुरुनानक यांचे जीवन याचीच उदाहरणे आहेत.

या भक्तांच्या तुलनेत चांगदेव हे योगबल आणि सिद्धी यांबाबत अधिक श्रेष्ठ होते; परंतु त्यांनी चेतनेची उच्चतम अवस्था आणि स्वानुभव प्राप्त केलेला नव्हता. ते आपल्या स्रोताशी जोडले गेले नव्हते. याउलट कबीर एक सामान्य विणकर असूनही उच्चतम अभिव्यक्ती करू शकले. संत रोहिदास हे चर्मकार होते. ते पादत्राणे बनवणारे सामान्य कारागीर असले तरी चेतनेच्या सर्वोच्च अवस्थेत स्थापित झाले होते. म्हणूनच महान कृष्णभक्त मीरा रोहिदासांची शिष्या बनली आणि त्यांच्याकडून ज्ञानार्जन करून आत्मसाक्षात्कार प्राप्त करू शकली.

तात्पर्य, भक्ताने भिंतीचा हा तिसरा गुण अंगी बाणवायला हवा. त्याच्या ज्ञानाचा आणि भक्तीचा पाया मजबूत असायला हवा. ज्ञानाची आणि भक्तीची दृढता त्याच्यात असायला हवी. कोणत्याही स्थितीत तो आपल्या स्रोताशी संलग्न असायला हवा. इथे संत ज्ञानेश्वर आणि त्यांच्या भावंडांची आंतरिक अवस्था भिंतीवर बसून केलेल्या प्रवासाच्या माध्यमातून वर्तवण्यात आली आहे, तर चांगदेव शक्ती आणि सिद्धींच्या अहंकाररूपी वाघावर स्वार झाले आहेत.

आपल्यातील शक्ती सांभाळा

मनुष्यामध्ये शक्ती असणे ही वाईट गोष्ट नाही; परंतु त्याच्यात त्या शक्ती सांभाळण्याची आणि त्यांचा योग्य उपयोग करण्याची प्रगल्भ समज असणेही आवश्यक आहे. एखाद्या अज्ञानी मनुष्याला जर शक्तिरूपी भांडार मिळाले, तर तो स्वतःचे आणि इतरांचेही नुकसान करू शकतो. जसे, ज्ञानेश्वरांना भेटण्यापूर्वी चांगदेवांना अध्यात्माचे मूळ लक्ष्यच ठाऊक नव्हते. सिद्धी प्राप्त करणे आणि मृत्यूवर विजय प्राप्त करणे यालाच ते अध्यात्म समजत होते. शिवाय आपल्या शिष्यांनाही ते हेच शिकवत होते. अशा प्रकारे त्यांच्यामुळे कळतनकळत कितीतरी सत्यप्रेमी लोकांचे नुकसान झाले होते.

मनुष्य जेव्हा त्याच्याकडील शक्तींचा योग्य उपयोग करतो, तेव्हाच त्या सार्थक, लाभदायी ठरतात. चांगदेवांसारख्या सिद्धी निवृत्तिनाथ आणि संत

ज्ञानेश्वरांकडेही होत्या; परंतु त्यांनी त्या सिद्धींचा आणि शक्तींचा दुरुपयोग कधीही केला नाही, त्यांचा उपयोग त्यांनी केवळ भक्तिमार्गाच्या प्रसारासाठी आणि लोककल्याणासाठीच केला. त्यांनी स्वत:च्या शक्तींचे प्रदर्शन स्वार्थासाठी कधीही केले नाही.

सद्य:स्थितीत शक्तिहीन लोकांना,'तुम्ही शक्ती प्राप्त करा' असे सांगितले जाते. जसे, तरुण मुलांना त्यांच्यातील सद्‌गुण विकसित करा, शक्ती मिळवा आणि बुद्धी वाढवा, असे सांगितले जाते; कारण वर्तमानाची ती गरज आहे. परंतु, त्याचबरोबर प्राप्त शक्ती कशी सांभाळावी, तिचा सदुपयोग कसा करावा, हेही शिकवले गेले पाहिजे.

ईश्वराला अहंकाराचे बलिदान हवे असते

अहंकाराचे समर्पण केल्यानंतर चांगदेव सदैव संत ज्ञानेश्वरांसोबतच राहू लागले. या चारही भावंडांच्या सान्निध्यात भक्तिरसात रममाण होऊन ते स्वानुभव प्राप्तीच्या दिशेने अग्रेसर झाले. आता त्यांच्या सर्व महत्त्वाकांक्षा आणि सिद्धींचे प्रदर्शन करण्याची इच्छा विलीन झाली होती. स्वत:चा अहंकार वाढवण्यासाठी जे शिष्यगण त्यांनी तयार केले होते, त्यांच्यातून चांगदेव आता मुक्त होऊ पाहत होते. कारण या गोष्टी व्यर्थ आहेत, हे ते समजून चुकले होते.

संत ज्ञानेश्वरांनी चांगदेवांच्या मनातली ही गोष्ट जाणली आणि त्यासाठी एक योजना आखली. संत ज्ञानेश्वरांद्वारे लिखित पासष्ट ओव्यांचा अर्थ चांगदेवांना समजू शकला नव्हता, म्हणून ते वारंवार ज्ञानेश्वरांना विचारत असत. परंतु संत ज्ञानेश्वर त्यांना ते सांगत नव्हते. खरे तर असे करून ते चांगदेवांची आध्यात्मिक तयारीच करून घेत होते.

एकदा संत ज्ञानेश्वर चांगदेवांना म्हणाले,''त्या पासष्ट ओव्यांचा अर्थ आम्ही तुम्हांला तेव्हाच सांगू, जेव्हा तुम्ही तुमच्या एखाद्या 'शिष्याचा' त्यासाठी बळी द्याल.'' हे ऐकताच चांगदेव लगेच आपल्या शिष्यांकडे जाऊन म्हणाले,''म ला आपल्यातील कोणा एकाचा बळी द्यायचा आहे, तेव्हा आपल्या गुरूंसाठी स्वत:चा बळी द्यायला कोणी तयार आहे का? जो असेल त्यानं त्वरित मला येऊन भेटावं.''

आपल्या गुरूंकडून झालेली अशी घोषणा ऐकताच सर्व शिष्य भयभीत झाले. त्या वेळी तर चांगदेवांसमोर कोणीही आले नाही. हळूहळू एकेक करून

सर्व शिष्य पसार होऊ लागले. कारण सगळ्या शिष्यांना चांगदेवांकडून त्यांना प्राप्त असलेल्या सिद्धींद्वारे काही न काही लाभच हवा होता. जसे, कुणाला त्यांच्या समस्यांतून मुक्त व्हायचे होते... कुणाला सिद्धी हव्या होत्या... कुणाला सुरक्षितता पाहिजे होती... तर काही लोकांना त्यांचा शिष्य होण्याचा सन्मान हवा होता आणि मोफत भोजन तर मिळतच होते. त्यामुळे बळी द्यायची वेळ आली, तेव्हा हे सगळे लोभी शिष्य गायब होऊ लागले. आणि काही काळातच त्यांच्याकडे एकही शिष्य उरला नाही.

हे पाहून चांगदेव अतिशय निराश झाले. त्यांनी संत ज्ञानेश्वरांना प्रार्थना केली,''महाराज, माझा एकही शिष्य बळी जाण्यासाठी तयार झाला नाही, तेव्हा मी स्वत:चा बळी देण्यासाठी तयार आहे. तरी आपण माझ्यावर कृपा करावी आणि मला त्या पासष्ट ओव्यांचा अर्थ सांगून कृतार्थ करावं.''

यावर ज्ञानेश्वर हसून म्हणाले,''आम्ही तुमच्याकडे इतर कोणाचा बळी थोडाच मागितला होता! जर तुम्हांला आत्मज्ञान हवं असेल, तर बळी तुम्हांला स्वत:चाच द्यावा लागेल. अर्थात आपण स्वत:ला जे वेगळं समजता आहात, त्या तुमच्या वेगळ्या स्वतंत्र अस्तित्वाचा बळी द्यावा लागेल. आपल्या अंतर्यामी जो चांगदेव स्वत:ला सगळ्यांहून वेगळं समजत आहे, त्या अहंकाराचा बळी द्यावा लागेल. त्यानंतरच त्या पासष्ट ओव्यांचा अर्थ आपल्याला स्वानुभवातून समजेल.'' हे ऐकून चांगदेव आनंदित झाले आणि खोट्या शिष्यगणांतून त्यांची मुक्तता होण्यासाठी संत ज्ञानेश्वरांनी केलेली योजनाही त्यांच्या लक्षात आली.

गुरू बलिदानासाठी शिष्याला तयार करतात

एक योग्य गुरूच आपल्या शिष्याकडे अहंकाराचे बलिदान, समर्पण मागू शकतात. 'मी शरीर आहे... मी इतरांपासून वेगळा आहे... माझं अस्तित्व भिन्न आहे...' अशा चुकीच्या धारणांवर गुरू प्रहार करतात. शिष्याला भक्तीच्या शक्तीशी परिचित करवून अध्यात्माचा योग्य अर्थ सांगतात आणि त्याने सहजपणे स्वत:तील 'मी'चा बळी देण्यासाठी तयार व्हावे, इतपत त्याला प्रशिक्षित करतात.

जे शिष्य 'मी'चा त्याग करण्यासाठी नव्हे, तर त्याची सेवा करण्यासाठी अध्यात्मात येतात, ते अधिक काळ सच्च्या गुरूंच्या सान्निध्यात टिकू शकत नाहीत. लवकरच ते त्यांच्यापासून पळ काढतात. कारण त्यांना केवळ दिलासा देणारे, त्यांच्या व्यक्तिगत इच्छा पूर्ण करणारे गुरू हवे असतात. ते असा

गुरू शोधतात जिथे त्यांच्या अहंकाराची सेवा होऊ शकेल. संत ज्ञानेश्वरांना भेटण्यापूर्वी चांगदेवदेखील त्यांच्या सिद्धींद्वारे लोकांना केवळ तात्पुरता दिलासा देणारेच गुरू होते. अहंकार तृप्त झाल्याने, दिलासा मिळाल्याने शिष्यगणदेखील चांगदेवांविषयी खोटी श्रद्धा बाळगून त्यांची प्रशंसा करत होते. जयजयकार करून चांगदेवांचा अहंकारही पुष्ट करत होते. परंतु चांगदेवांना जेव्हा खऱ्या गुरूंचे सान्निध्य प्राप्त झाले, तेव्हा ती घोडचूक लक्षात येऊन 'मी'चा म्हणजेच अहंकाराचा बळी देण्यासाठी ते तयार झाले. स्वत:तील 'मी'पणाचा बळी देऊन भक्ती केल्यानेच त्यांना आत्मज्ञान प्राप्त झाले. जे प्राप्त करण्यासाठी त्यांना आधी मिळालेल्या साऱ्या सिद्धी निरुपयोगी ठरल्या होत्या.

मनन प्रश्न

१. अध्यात्म साधनेमागे आपले मूळ लक्ष्य काय आहे? शक्ती, सुरक्षा, सिद्धी अथवा केवळ स्वानुभव प्राप्त करणे?

२. शक्ती किंवा भक्ती या दोहोंपैकी सर्वप्रथम आपली दृष्टी कुणावर पडते? दोन्हींपैकी आपल्याला जास्त काय आकर्षित करते?

३. स्वानुभवप्राप्तीसाठी आपण आपल्यातील 'मी'पणाचा अथवा अहंकाराचा बळी द्यायला तयार आहात का?

अध्याय १४

मृत्यूचा मनन उत्सव
संजीवन महासमाधी

पृथ्वीवरील लाखो-करोडो लोकांच्या जागृतीसाठी एखाद्याने निमित्त बनावे आणि त्याच्या जीवनाचा अंतही लोकांना खूप काही शिकवून जावा, यापेक्षा एका नि:स्वार्थ जीवनाची सर्वोच्च अभिव्यक्ती आणखी काय बरे असू शकेल!

संत ज्ञानेश्वरांनी आपल्या देहत्यागाची प्रक्रियादेखील लोकांसाठी 'महा-मनन उत्सव' बनवली. जे सामान्य लोक मृत्यूच्या भयात जगत होते, ते ज्ञानेश्वरांच्या संजीवन समाधीने भयमुक्त झाले. जन्ममृत्यूविषयी सचेत झाले. शरीराचा मृत्यू म्हणजे अंत नसून एका नव्या जीवनाची पुढील वाटचाल आहे याच्याशी ते परिचित झाले.

संत ज्ञानेश्वरांची महासमाधी

एकदा निवृत्तिनाथ आपल्या झोपडीत बसले होते आणि त्यांच्या पायाजवळच संत ज्ञानेश्वर बसले होते. सोपानदेव आणि मुक्ताबाई गृहकार्यात व्यग्र होते. तेव्हा संत ज्ञानेश्वर निवृत्तिनाथांना सहजपणे म्हणाले,''दादा, माझ्या मनात एक असा विचार येतोय, की मी संजीवन समाधी घ्यावी. यावर आपले काय मत आहे?'' (संजीवन समाधी म्हणजे समाधीच्या अवस्थेत देहत्याग करणे.) तेव्हा निवृत्तिनाथ काहीही न बोलता शांत राहिले. पुन्हा ज्ञानेश्वरांनी तोच प्रश्न विचारला, त्यावरही निवृत्तिनाथांनी मौनच बाळगले. त्यानंतर मात्र ज्ञानेश्वरांनी पुन्हा तो विषय काढला नाही. पण ज्ञानेश्वरांच्या या प्रश्नावर निवृत्तिनाथांनी

जरी काही उत्तर दिले नव्हते,'हो' म्हटले नव्हते, तरी 'नाही'ही म्हटले नव्हते. त्यामुळे ज्ञानेश्वर अंतर्यामी खूश होते. कारण गुरू-शिष्यामध्ये घडलेला हा नि:शब्द संवाद होता.

संत ज्ञानेश्वरांना समाधी घेण्याचा विचार अचानक सुचला नव्हता. मानवी मनात येणाऱ्या प्रत्येक विचारामागे एखादी घटना किंवा दृश्य त्याला प्रेरित करत असते अथवा तो विचार स्रोतातूनच उपजतो. 'या शरीरासोबत सत्यप्रसाराचे कार्य आतापर्यंत झाले आहे; आता या शरीराचा त्याग करून हेच कार्य पुढे न्यायचे आहे, महासमाधीमुळे अधिकाधिक लोकांमध्ये जागृती होऊ शकते', याची जाणीव त्यांना होऊ लागली होती.

तसे पाहिले तर संत ज्ञानेश्वर आपल्या समाधीचा निर्णय स्वत:च घेऊ शकत होते; परंतु, तरीही त्यांना गुरूंची आज्ञा घेणे गरजेचे वाटले. गुरूंच्या अनुमतीशिवाय समाधीबाबतचा निर्णय घेणे त्यांना योग्य वाटत नव्हते. निवृत्तिनाथांनीही ज्ञानेश्वरांना समाधीसाठी लगेच होकार दिला नाही. यामागे आपल्या भावाविषयी आसक्ती किंवा मोह तर नव्हताच, शिवाय वयाने ते लहान आहेत हेही कारण नव्हते. वास्तविक ते दोघेही सहज-समाधीच्या अवस्थेतच होते. शरीर असल्याने किंवा नसल्याने त्यांना काहीच फरक पडणार नव्हता. म्हणून काही दिवसांनी जेव्हा संत ज्ञानेश्वरांनी समाधी घेण्याचा प्रस्ताव निवृत्तिनाथांसमोर पुन्हा ठेवला, तेव्हा निवृत्तिनाथ त्यांना आज्ञा देत म्हणाले,''ठीक आहे. जशी तुझी इच्छा!'' निवृत्तिनाथांच्या मतानुसार आधीची वेळ समाधी घेण्यासाठी उपयुक्त नव्हती, कारण संत ज्ञानेश्वरांच्या देहाद्वारे आणखी अभिव्यक्ती होणे त्यांना अभिप्रेत होते. म्हणून योग्य वेळ आल्यानंतरच त्यांनी समाधी घेण्यासाठी ज्ञानेश्वरांना अनुमती दिली.

ज्ञानेश्वर संजीवन समाधी घेणार आहेत, ही वार्ता हळूहळू दूरवर पसरली. त्यांच्या भक्तांना आणि शिष्यांना तर या वियोगाची कल्पनाच करवत नव्हती. सगळीकडून लोक संत ज्ञानेश्वरांच्या समाधिपूर्व दर्शनासाठी आळंदीला येऊ लागले. तिथे वाहत असलेल्या पवित्र इंद्रायणी नदीच्या तीरावर सिद्धेश्वराचे एक प्रख्यात, प्राचीन मंदिर आहे. त्या मंदिरातील नंदीच्या खाली एक गुहा असून ते स्थान संत ज्ञानेश्वरांच्या समाधीसाठी निवडले गेले, असल्याचा विश्वास आजही वारकरी संप्रदायात आहे. संत नामदेवांच्या मुलांनी ती गुहा शेणाने सारवून स्वच्छ केली. आजदेखील ते स्थान एका अजान वृक्षाजवळ आहे.

समाधीत बसण्यापूर्वी संत ज्ञानेश्वरांनी आपल्या भावंडांची गळाभेट घेतली. उपस्थित सर्व संतजनांना नमस्कार करून मग ते आपले गुरू निवृत्तिनाथांजवळ गेले आणि त्यांनी समर्पित भावनेने त्यांना चरणस्पर्श केला. दोघे बंधू आणि गुरू-शिष्य यांची ही शेवटची भेट ठरली. त्यानंतर समाधिस्थळावर शुभ्र वस्त्राचे आसन टाकून ते तुळशीपत्र आणि सुगंधित फुलांनी सजवले गेले. गंगा आणि अन्य पवित्र नद्यांचे जल संत ज्ञानेश्वरांवर शिंपडले गेले. मग निवृत्तिनाथ संत ज्ञानेश्वरांचा हात पकडून त्यांना समाधिस्थळावर घेऊन गेले. तेथील शुभ्र आसनावर संत ज्ञानेश्वर विराजमान झाले. त्यांच्यासमोर *ज्ञानेश्वरी*ची प्रत ठेवली गेली. तिथे उपस्थित असलेल्या सर्व लोकांना तीन वेळा लवून नमस्कार करून संत ज्ञानेश्वर समाधी-अवस्थेत स्थिर झाले. त्यानंतर निवृत्तिनाथांनी गुहेच्या बाहेर येऊन गुहेच्या तोंडावर शिळा ठेवली, तेव्हा आजूबाजूचा संपूर्ण परिसर संत ज्ञानेश्वरांच्या जयघोषाने दुमदुमून गेला. त्यानंतर सिद्धेश्वर मंदिरात सलग नऊ दिवस भजन-कीर्तन होत होते, अभंग म्हटले जात होते आणि दशमीच्या दिवशी सर्व संतांनी भोजन समारंभ आयोजित केला.

अशा प्रकारे वयाच्या केवळ एकवीस वर्षांच्या अल्पायुष्यातच संत ज्ञानेश्वरांनी आळंदीमध्ये समाधी घेतली. यानंतर लगेचच वर्षभरातच सासवड इथे त्यांचे छोटे बंधू सोपानदेव यांनी समाधी घेतली. तत्पश्चात मुक्ताबाई तापी नदीच्या तीरावर मेहूण (मुक्ताईनगर) इथे समाधिस्थ झाल्या आणि सर्वात शेवटी संत निवृत्तिनाथांनी त्र्यंबकेश्वर इथे समाधी घेतली. अशा प्रकारे या चारही भावंडांनी आपल्या अल्प जीवनकालात दिव्यभक्ती आणि नि:स्वार्थ सेवेची सर्वोच्च अभिव्यक्ती केली. समाधी-अवस्थेतच त्यांनी देहत्याग केला. या चार दिव्य बालकांचे जीवनचरित्र लोकांना युगानुयुगे भक्ती आणि नि:स्वार्थ सेवेची वाटचाल करण्याकरिता प्रेरणा देत राहील. त्यांची समाधी लोकांकडून मृत्यूविषयी सकारात्मक मनन करून घेईल.

समाधी म्हणजे काय?

संत ज्ञानेश्वरांच्या संजीवन समाधीवर भाष्य करण्याआधी प्रथम समाधी म्हणजे काय, हे जाणणे आवश्यक आहे. 'समाधी' चेतनेची ती सर्वोच्च अवस्था आहे, जिथे अनुभव, अनुभवकर्ता आणि ज्याचा अनुभव केला जात आहे ती अनुभूती या तिघांतील भेद समाप्त होतो. म्हणजे 'जाणणारा, ज्याला जाणले जात आहे तो,

आणि जाणण्याची अवस्था' या तिन्ही एक होतात. जसे, समुद्रातून उसळलेली लाट पुन्हा समुद्रातच विलीन होते. आणि पुन्हा वर उसळताना ती 'मी स्वतंत्र लाट नसून समुद्रच आहे', या बोधासह निर्माण होते. अगदी अशाच प्रकारे जेव्हा एखादा मनुष्य 'मी इतरांहून वेगळा आहे', ही भावना त्यागून स्वतःच्या अंतर्यामी असलेल्या परम चेतनेशी (सेल्फशी, स्रोताशी) एकरूप होतो, शिवाय त्याच अवस्थेत राहून जीवन व्यतीत करतो, तेव्हा तीच त्याची 'समाधी अवस्था' असते. याच अवस्थेला 'मोक्ष, आत्मबोध, आत्मसाक्षात्कार, पूर्ण मुक्ती' असेही संबोधले जाते.

'समाधी' हा शब्द ऐकताच एखाद्या झाडाखाली किंवा शांत ठिकाणी ध्यानमग्न अवस्थेत बसलेल्या साधकाचे चित्र आपल्या नजरेसमोर येते. पण मनुष्याने एकदा समाधीत बसल्यानंतर पुन्हा उठूच नये किंवा उठून पुन्हा बसूच नये, हे आवश्यक नाही. समाधी-अवस्थेत राहूनदेखील विश्वात अभिव्यक्ती केली जाऊ शकते. जसे, येशू ख्रिस्त, बुद्ध, गुरुनानक, कबीर, रोहिदास, मीरा, संत ज्ञानेश्वर, विवेकानंद, रमण महर्षी या संतांनी केली. शिवाय, असेही अनेक योगी-साधक होऊन गेले, जे वर्षानुवर्षे समाधी-अवस्थेत ध्यानमग्न राहिले. पण हे जग त्यांच्याविषयी कधी जाणू शकले नाही, कारण त्यांनी विश्वात कोणती अभिव्यक्ती केली नाही. पण ते सतत ध्यानमग्न राहून प्रार्थना आणि शुद्ध सकारात्मक विचारांद्वारे विश्वाचे कल्याणच करत राहिले. चला, आता आपण समाधीचे काही प्रकार जाणून घेऊ या.

जनसमाधी, सर्वजनांसाठी समाधी - निद्रा

गाढ झोपदेखील समाधीची एक अवस्थाच आहे, हे आपल्याला ठाऊक आहे का? प्रत्येक मनुष्य ज्याची अनुभूती घेऊ शकतो तीच ही जनसमाधी होय. प्रत्येक शरीराद्वारे ईश्वराने (सेल्फने) स्वतःचा अनुभव घ्यावा, यासाठी ईश्वर मनुष्याला गाढ झोपेची अनुभूती देतो. खरे तर गाढ झोपेत मनुष्य समाधी-अवस्थेतच असतो. तिथे कोणतेही विचार नसतात किंवा 'मी'चा भावदेखील नसतो. निद्रारूपी समाधी म्हणजे जणू निसर्गाकडून मनुष्याला मिळालेले वरदानच आहे, जे सर्वांनाच लाभते. निसर्ग समाधीच्या रूपात मनुष्याला कालातीत अवस्थेचा स्वाद चाखायला देतो. ही स्थळ-काळापलीकडील अवस्था असून या वेळी मनुष्य कितीही बेहोश असला, तरी काही काळासाठी का असेना, तो 'मी'ला सोडून आपल्या वास्तविक स्वरूपावर परततो.

म्हणूनच जेव्हा आपण गाढ झोपेतून जागे होतो, तेव्हा आपण किती वेळ झोपलो होतो, यादरम्यान आपण कोठे होतो, आपले विचार कुठे गायब झाले होते, हे आपल्यालाही समजत नाही. घड्याळ पाहिल्यानंतरच आपण किती तास झोपलो होतो, हे आपल्या लक्षात येते. मग आज झोप कमी झाली... जास्त झाली... असे विचार आपण करतो. याचाच अर्थ, घड्याळावरूनच आपला निर्णय होत असतो. गाढ झोप लागल्यानंतर आपल्याला ताजेतवाने, उत्साही वाटते. याउलट झोप पूर्ण झाली नाही किंवा केवळ स्वप्नेच पडत राहिली, तर आपल्याला थकल्यासारखे वाटते. झोपेत केवळ स्वप्नेच पडत असतील, गाढ झोप लागत नसेल, तर तिला समाधी-अवस्था म्हणता येणार नाही. पण गाढ झोपेतील ही समाधी-अवस्था जर आपणास जागृत अवस्थेत, ध्यानात प्राप्त झाली, तर तिला 'जाणिवेसह समाधी' असे म्हणता येईल. जी खूपच लाभदायक ठरते. ती जागृतावस्थेत ईश्वराशी आपल्याला जोडून अव्यक्तिगत कार्यासाठी तयार करते.

सविकल्प समाधी

सविकल्प समाधीपर्यंत पोहोचण्यासाठी किंवा ध्यानात बसण्यासाठी एखाद्या विधीचा आधार घेतला जातो. हा विधी म्हणजे ध्यान सखोल होण्यासाठी जणू एक आधार कार्ड किंवा आय कार्डच असते. काही लोक या आधार कार्डाशिवाय समाधीत जाऊ शकत नाहीत, कारण अद्याप ते नवशिके आहेत. आंतरिक जगताशी अद्याप ते परिचित नाहीत. म्हणून त्यांना अशा आधाराची आवश्यकता असते.

अशा प्रकारे काही गोष्टींचा आधार घेऊन लोक ध्यानात प्रवेश करतात. जसे, कोणी श्वासाचा आधार घेतो... कोणी एखाद्या विधीचा आधार घेतो... कोणी मंत्राचा... तर कोणी संगीताचा... एवढेच नाही, तर काल्पनिक चित्र किंवा 'मी कोण आहे?' अशा प्रश्नांचाही काही लोक आश्रय घेतात. याशिवाय 'मी काय नाही?' असा प्रश्न विचारूनही काही लोक आंतरिक यात्रा सुरू करून समाधीत जातात. प्रारंभी असे प्रकार ध्यानात बसण्यासाठी साहाय्यक ठरतात. कारण, एखाद्या आधाराशिवाय मानवी मन कुठे टिकू शकत नाही. एका ठिकाणी बसण्यासाठी आपले शरीरही तयार नसते; परंतु विधीच्या साहाय्याने मन आणि शरीर स्थिर होऊ शकते, विचारांना दिशा मिळून एकाग्रता वाढते आणि समाधीचा स्वादही मिळतो.

निर्विकल्प समाधी

साधक जेव्हा सविकल्प समाधीमध्ये परिपक्व होतो, तेव्हा तो निर्विकल्प समाधीच्या दिशेने अग्रेसर होतो. निर्विकल्प समाधी म्हणजे अशी समाधी, ज्यात कोणत्याही विधीच्या आधाराची गरज भासत नाही. यात ध्यानाच्या सखोलतेत जाण्यासाठी मन आणि शरीर दोन्हीही साहाय्य करतात. याचाच अर्थ, समाधीशी आपण इतके परिचित होतो, की आता आपल्याला कोणतेही प्रवेशपत्र, आधार कार्ड दाखवण्याची गरजच भासत नाही. मनात येईल तेव्हा ध्यानात बसून थेट समाधिअवस्थेपर्यंत जाण्याइतपत आपला सराव झालेला असतो.

सहज समाधी

निर्विकल्प समाधीनंतर आता येते ती सहज समाधी. ही समाधीची सर्वोच्च अवस्था आहे. यात एका जागी बसण्याची किंवा डोळे बंद करण्याचीही गरज भासत नाही. साधक चालताफिरता, उठताबसता समाधीतच असतो. जणू समाधीच त्याचे घर बनले आहे आणि त्याच अवस्थेत तो जगत असतो. उदाहरणार्थ, संत कबीर कपडे विणत असताना, दोहे गात असताना आणि लोकांना ज्ञान देतानाही समाधीतच असत. भगवान बुद्धांनीही याच अवस्थेत राहून दुःखमुक्तीचा प्रचार-प्रसार केला, लोकांना मार्गदर्शन दिले. याच अवस्थेत गुरुनानकांनीही प्रवास करून लोकांमध्ये जागृती आणण्याचा प्रयत्न केला.

अगदी अशाच प्रकारे संत निवृत्तिनाथदेखील समाधी-अवस्थेतच होते; परंतु ते संत ज्ञानेश्वरांसारखे जास्त प्रसिद्ध झाले नाहीत. संत ज्ञानेश्वरांचाच नामोल्लेख अधिक होतो. कारण संत ज्ञानेश्वर हे सर्वांना मार्गदर्शन करत होते, शिवाय त्यांनी संजीवन समाधीही घेतली होती. पण कुणाचे नाव जास्त प्रसिद्ध होत आहे, या गोष्टीची त्या भावंडांना तमा नव्हती. कारण आपण सर्व जण एकच आहोत, आपणा सर्वांमध्ये एकच ईश्वर आहे, हे ते जाणत होते. ते आपल्या आनंदात मग्न राहून स्वतःच्या भूमिकेनुसार अभिव्यक्ती करत होते.

शरीराच्या मृत्यूशी समाधीचा संबंध नाही

काही लोक अज्ञानामुळे समाधीला शरीराच्या मृत्यूशी जोडतात. काहींना तर समाधी शब्द उच्चारताच थडग्याची आठवण येते. एखाद्या प्रसिद्ध माणसाचा मृत्यू झाल्यानंतर त्याचे स्मारक बनवून त्याला 'समाधी स्थळ' असे म्हटले

जाते; परंतु ते योग्य नाही. कारण थडगे म्हणजे समाधी नव्हे. काही लोक म्हणतात,'आम्हांला अमुक माणसाच्या समाधीचं दर्शन घ्यायचं आहे.' याचाच अर्थ, जिथे त्या मृत माणसाचे शरीर पुरले आहे, तिथे जाऊन त्यांना प्रार्थना करायची असते. कारण त्याद्वारे त्यांची एखादी इच्छा अथवा एखादा नवस पूर्ण होईल असे त्यांना वाटत असतं.

वास्तविक, समाधीचा अर्थ खूपच गहन आहे. ती चेतनेची सर्वोच्च अवस्था आहे. समाधीचा संबंध शरीर सोडणे किंवा न सोडणे, अभिव्यक्ती करणे किंवा न करणे याच्याशी अजिबात नाही. संत ज्ञानेश्वरांच्या आईवडिलांनी जलसमाधी घेतली. खरे तर ते देहान्त प्रायश्चित्त होते. परंतु परमयोग समाधी निश्चितच नव्हती. आपल्या मुलांना समाजात आदराचे स्थान मिळावे, हा त्यांचा शरीर सोडण्यामागचा मुख्य उद्देश होता. ही इच्छामुक्ती म्हणजे पूर्ण मुक्तीची अवस्था नव्हती.

जैन धर्मात काही लोक संथारा व्रत म्हणजे इच्छामृत्यू स्वीकारतात. यात सर्वप्रथम गुरूंची आज्ञा घ्यावी लागते. गुरू त्या मनुष्याची आध्यात्मिक तयारी बघून त्याला संथारा व्रत घेण्याची अनुमती देतात. मग ती व्यक्ती हळूहळू प्रथम अन्न आणि मग पाणी अशा एकेका गोष्टीचा त्याग करते. अशा प्रकारे अन्नपाणी त्यागल्याने शरीराचा हळूहळू मृत्यू होतो. आता या अवस्थेत याला समाधी म्हणता येईल अथवा नाही, हे पुढील गोष्टींवर अवलंबून आहे. जसे, त्या वेळी संथारा घेतलेल्या मनुष्याच्या चेतनेचा स्तर कसा आहे, त्याच्यात समज किती प्रगल्भ आहे, कोणती समज ठेवून ती व्यक्ती त्याच्या शरीराचा त्याग करत आहे, त्याच्यातही तीच समज आणि चेतना उपलब्ध आहे का, जी संत ज्ञानेश्वर आणि येशू ख्रिस्त यांच्या शरीरात होती? ती असेल तरच ती महासमाधी ठरू शकते, अन्यथा नाही.

इसा मसीह आणि मन्सूर यांची सूळ-समाधी

इसा मसीहने आपल्या जीवनात अनेक चमत्कार केले; परंतु सुळावर जाताना त्यांनी कोणताही चमत्कार दाखवला नाही. कारण ते जाणत होते, की त्या वेळी शरीराचा बचाव करण्यापेक्षा त्याचा मृत्यूच लोकांसाठी अधिक बोधप्रद असणार आहे, त्यांची चेतना वाढवणार आहे. त्या वेळी ते समाधी-अवस्थेत असल्याने भावी पिढ्यांचे मंगल कशात आहे, हे ते पाहू शकत होते. म्हणून शरीरावर होत

असणाऱ्या अत्याचारांविरुद्ध त्यांनी कोणताही प्रतिकार केला नाही.

मुस्लीम सुफी संत मन्सूरदेखील इसा मसीहप्रमाणे समाधी-अवस्थेतच होते. स्वानुभवात स्थापित झाल्यानंतर त्यांनी साहस आणि निर्भयतेने परम सत्याचा 'अनल-हक'चा ('मीच सत्य आहे'चा) उद्‌घोष केला. ते सांगत असलेल्या गोष्टी तत्कालीन लोक समजू शकले नाहीत. त्यांना वाटले, मन्सूर अल्लाहच्या विरुद्ध बोलत आहेत. म्हणून त्यांना अनंत शारीरिक आणि मानसिक वेदना देऊन अखेर फाशीवर लटकवले गेले. त्यांनी हसत हसत फाशीचा स्वीकार केला; परंतु शेवटच्या श्वासापर्यंत 'अनल-हक'चा उद्‌घोष करणे थांबवले नाही. अशा प्रकारे त्यांचा मृत्यूदेखील लोकजागृतीसाठी निमित्त ठरला आणि आजही ठरत आहे.

श्रीरामांची जलसमाधी

संत ज्ञानेश्वरांच्या आईवडिलांप्रमाणे श्रीरामांनीदेखील नदीत देहत्याग केला. परंतु ते देहान्त प्रायश्चित्त नव्हतं किंवा एखाद्या दु:खाला घाबरून निराशेने केलेली आत्महत्याही नव्हती, तर त्यांचा देहत्याग म्हणजे महासमाधी होती, जी चेतनेच्या सर्वोच्च अवस्थेतून घडली होती. श्रीरामांनी जेव्हा शरयू नदीत जलसमाधी घेतली, तेव्हा आधी त्यांनी देवतांना आवाहन करून या नदीत ते त्यांचा देह समर्पित करत आहेत असे सांगितले. त्या वेळी ज्या लोकांनी शरयू नदीत स्नान केले, ते सर्व जण मुक्त झाले अशी आख्यायिका आहे.

याचाच अर्थ, ज्या नदीत श्रीरामांनी समाधी घेतली, ती चेतनेच्या उच्चावस्थेची नदी होती. त्या वेळी जो कोणी या नदीत होता म्हणजेच श्रीरामासम चेतनेच्या उच्चावस्थेत होता, तो मुक्त झाला. परंतु लोकांनी याचा केवळ शाब्दिक अर्थ घेतला आणि मोक्षप्राप्तीसाठी त्या मुहूर्ताला नदीत स्नान करण्याची प्रथा पडली. वास्तविक नदी कुठलीही असो, वेळ कोणतीही असो; एखाद्याची चेतना जर श्रीरामांच्या चेतनेइतकी सर्वोच्च पातळीवर पोहोचली असेल, तर त्याला मुक्ती कुठेही शक्य आहे, तीच त्याची समाधी आहे.

संत ज्ञानेश्वरांची संजीवन समाधी

संत ज्ञानेश्वरांनी संजीवन समाधी घेतली, ज्यात ते ध्यानावस्थेत बसले आणि पुन्हा त्या अवस्थेतून बाहेर आलेच नाहीत. शरीराचा मृत्यू होईपर्यंत ते स्वानुभवातच ध्यानमग्न राहिले. ज्ञानेश्वरांनी आपल्या जीवनात लोकांना खूप मार्गदर्शन केले;

पण आता त्यांना त्यांच्या मृत्यूतूनही काही बोध द्यायचा होता. खरे तर ते निरंतर समाधी-अवस्थेतच होते. परंतु लोकांनी समाधिअवस्थेवर, मृत्यूवर मनन करावे, यासाठी त्यांनी संजीवन समाधी घेतली. कारण सामान्य लोकांना जोपर्यंत काही ठोस गोष्टी दृष्टीस पडत नाहीत, तोपर्यंत त्यावर ते विश्वास ठेवत नाहीत.

संत ज्ञानेश्वरांनी सहज सुलभ आणि लोकभाषेत दिलेल्या ज्ञानामुळेच *ज्ञानेश्वरी, अमृतानुभव, चांगदेव पासष्टी* यांसारखे सर्वश्रेष्ठ ग्रंथ निर्माण झाले. खरे तर ज्ञान हे ज्ञानेश्वरांच्या आधीही उपलब्ध होते आणि आजही आहे; पण संत ज्ञानेश्वरांनी अशा ग्रंथनिर्मितीचे पहिले पाऊल उचलले म्हणून लोक ज्ञानपूर्ण गोष्टींचे अवलोकन करू शकतात; त्यावर विचार करू शकतात, त्या ऐकू शकतात, त्या समजण्याचा प्रयत्नही करतात. समजा, अशी अभिव्यक्ती जर कुणाकडून झालीच नसती, तर इतर लोक परमज्ञानापर्यंत कसे पोहोचले असते बरे!

संत ज्ञानेश्वरांनी संजीवन समाधी घेतली नसती, तर लोकांनी त्या वेळी मृत्यूवर मननही केले नसते. कारण समाजातील लोक 'मृत्यू' या शब्दालाच इतके घाबरतात, की मृत्यूचा विचार करणेदेखील त्यांना त्रासदायक वाटते. स्वतःच्या मृत्यूचाच काय; पण आपल्या एखाद्या नातेवाइकाच्या मृत्यूचा जरी विचार मनात आला, तरी त्यांना कापरे भरते. त्यामुळे एखाद्याने हसत हसत, स्थिर चित्ताने मृत्यूला कवटाळले, तर ती गोष्ट लोकांना निश्चितच विचार करायला भाग पाडत असते.

संत ज्ञानेश्वरांनी आपल्या संजीवन समाधीला मनन-उत्सवाच्या रूपात साजरे केले. लोकांसमोर त्यांनी अनेक प्रश्न उपस्थित केले. जसे, एवढ्या कमी वयात अशी अवस्था प्राप्त होऊ शकते का? आपल्या प्रवृत्तींमधून मुक्त होता येते का? शरीराविषयी असलेली आसक्ती अशा प्रकारे नष्ट करता येते का, की जन्ममरणाचा भेदच संपून जाईल असे कोणते ज्ञान आहे, जे प्राप्त करून मनुष्य चेतनेच्या सर्वोच्च अवस्थेत स्थिर राहू शकतो? या सर्व प्रश्नांची उत्तरे संत ज्ञानेश्वर आणि त्यांच्या भावंडांच्या जीवनचरित्रात गवसतात. शिवाय, हे कार्य ज्ञानेश्वरांनी एकवीस वर्षांच्या आयुष्यात पार पाडले, हे वैशिष्ट्यपूर्ण आहे.

ते समाधी घेत असताना तिथे आसपास त्यांचे शिष्य, भक्तगण उपस्थित होते. त्या वेळी नामदेव अभंग लिहीत होते, जे आजही म्हटले जातात. लोक पुण्याजवळील आळंदी या तीर्थक्षेत्री तेथील त्यांच्या समाधिस्थानावर जाऊन

आजही मनन करतात. त्यांच्या इतर भावंडांनीही त्यानंतर तीन-चार वर्षांच्या कालावधीत सदेह समाधी घेतली. अशा शरीरांमध्ये ईश्वर शरीराच्या आतही समाधीत असतो आणि शरीराबाहेरही समाधीतच असतो. या दोन्ही अवस्थांमधील फरक शब्दांत सांगायचा झाला तर- समाधी-अवस्थेत शरीर जिवंत असते, तेव्हा मौनातून ज्ञान प्रकटते... जणू मौनावस्थेतच ज्ञानरूपी ईश्वर उपस्थित असतो... म्हणजे मौनात 'ज्ञानेश्वर' असतो. पण जेव्हा समाधी-अवस्थेत असताना शरीराचा अंत होतो, तेव्हा मौनावस्थेतून मौन प्रकट होते. शरीराच्या माध्यमातून, मौनातून ईश्वर प्रकट होऊन अभिव्यक्ती करत असतो; पण शरीर नसेल, तर मौनातून मौन प्रकटून पुन्हा ते मौनातच विलीन होते.

मनन प्रश्न

१. मृत्यूविषयी आपल्या कोणत्या धारणा आहेत?

२. मृत्यूवर आपण कधी सकारात्मक मनन केले आहे?

३. संत ज्ञानेश्वरांच्या संजीवन समाधीविषयी जाणून घेतल्यानंतर आपल्या मनात मृत्यूविषयी असलेल्या धारणा आणि भीतीमध्ये काही परिवर्तन झाले आहे?

खंड २

संत ज्ञानेश्वरांचे मार्गदर्शन आणि रचना

ज्ञानसागर
सर्वोच्च चेतनेचा संचार

संत ज्ञानेश्वर आणि त्यांच्या संघाचे एकच लक्ष्य होते.– जनसामान्यांपर्यंत खरे आध्यात्मिक ज्ञान पोहोचवून त्यांच्यात सर्वोच्च चेतनेचा संचार करणे. समाजातील चुकीच्या धारणा, कुप्रथा दूर करून लोकांचे जीवन सर्वोच्च ज्ञानाने प्रकाशित करणं.

समाजात कित्येक प्रकारचे लोक असतात. काही लोक अगदी भोळेभाबडे असतात, जे ज्ञान, साधनेच्या मोठमोठ्या गोष्टींना समजू शकत नाहीत; परंतु त्यांचे ईश्वरावर अत्यधिक प्रेम असते. ते अंत:करणापासून भक्ती करतात. अशा लोकांसाठी संत ज्ञानेश्वरांनी हरिनाम-स्मरणाचा सोपा मार्ग सुचवला. यासाठी त्यांनी भक्तिरसाने ओथंबलेल्या अभंगांची, भजनांची आणि *हरिपाठ*सारख्या ग्रंथाची रचना केली... जे भक्तीने ओतप्रोत असून त्यात हरिरूप ईश्वराची (विठ्ठलाची) स्तुती केली आहे.

दुसरे काही असे लोक असतात, ज्यांना भक्ती तर करायची असते; परंतु ते बुद्धीद्वारे ज्ञानाच्या गोष्टीही समजून घेऊ इच्छितात. त्यांच्या मनात अनेक प्रश्न निर्माण होत असतात. जसे, कर्म म्हणजे काय? भक्ती म्हणजे काय? जन्म आणि मृत्यू कोणत्या कारणाने होतो? ईश्वर म्हणजे काय? जीव म्हणजे काय? दु:खाचे कारण काय? इत्यादी इत्यादी.

समाजातील अशा लोकांची आवश्यकता समजून घेत संत ज्ञानेश्वरांनी गुरू निवृत्तिनाथांच्या आज्ञेनुसार श्रीमद् भगवद्‌गीतेवर भाष्य लिहिले. कारण ते जाणत

होते, की भगवद्‌गीतेविषयी लोकांच्या मनात परम आदराचे स्थान आहे. यात कर्म, ज्ञान, भक्ती आणि योग या चारही मार्गांविषयी सविस्तर विवेचन केले गेले आहे. ज्ञानाची तृष्णा असणाऱ्या लोकांना याद्वारे त्यांच्या सर्व प्रश्नांची उत्तरे मिळतील. गीतेचा सरळ-सुलभ भावार्थ असलेला हा ग्रंथ पुढे *ज्ञानेश्वरी* या नावाने प्रसिद्ध झाला. ज्यायोगे जनसामान्यांपर्यंत गीतेचे हे सर्वोच्च ज्ञान पोहोचू शकले.

यानंतर काही लोक असेही असतात, जे उच्च कोटीचे साधक असतात आणि त्यांना आत्मसाक्षात्कार प्राप्त करायचा असतो, ते ईश्वराला आणि 'मी'ला स्वानुभवाने जाणून घेऊ इच्छितात. अशा साधकांसाठी संत ज्ञानेश्वरांनी *अमृतानुभव* या ग्रंथाची रचना केली. ज्यात त्यांनी ब्रह्म (सेल्फ), जीव आणि प्रकृती यांचे वास्तव रूप साकारून आत्मसाक्षात्काराच्या अवस्थेचे वर्णन अगदी स्पष्टपणे केले आहे.

या व्यतिरिक्त संत ज्ञानेश्वरांनी योगी चांगदेवांना पासष्ट ओव्यांचे पत्र लिहिले. जे पुढे जाऊन *चांगदेव पासष्टी* या नावाने प्रसिद्ध झाले. यातील एकेक ओवी म्हणजे सर्वोच्च आध्यात्मिक ज्ञानाचा (ब्रह्मज्ञानाचा) खजिनाच आहे.

संत ज्ञानेश्वरांद्वारे लिखित रचना इतक्या विस्तृत आहेत, की प्रस्तुत खंडात त्या सर्व समाविष्ट करणे केवळ अशक्य! म्हणून त्यातील केवळ काही ओव्या इथे आपण भावार्थासहित समजून घेणार आहोत.

अध्याय १५

जन्म कोणाचा? मृत्यू कोणाचा?
अविनाशी कोण?

प्रस्तुत अध्यायात *ज्ञानेश्वरी* या पवित्र ग्रंथातील काही ओव्या सादर केल्या आहेत. या ओव्यांतून संत ज्ञानेश्वरांनी भगवद्‌गीतेतील काही श्लोकांचा अर्थ सोदाहरण स्पष्ट केला आहे. भगवान श्रीकृष्णानी अर्जुनाला पृथ्वीतलावरील 'जन्ममृत्यू'च्या भ्रामकतेविषयी जे सत्य सांगितले, ते ज्ञानदेवांच्या खालील ओव्यांतून अभिव्यक्त होते. कुरुक्षेत्रावर लढताना आपल्या नातेवाइकांच्या मृत्युविषयी अर्जुन चिंतित झाला होता; पण 'जन्ममृत्यू'विषयी असणारे अज्ञान मिटताच त्याच्या मनातील संभ्रम त्वरित नाहीसा झाला.

अर्जुना सांगेन आइक। एथ आम्ही तुम्ही देख।
आणि हे भूपति अशेख। आदिकरुनी ।।
नित्यता ऐसेचि असोनी। ना तरी निश्चित क्षया जाउनी।
हे भ्रांति वेगळी करुनी। दोन्ही नाहीं।।
हे उपजे आणि नाशे। तें मायावशें दिसे।
एर्हवीं तत्त्वतः वस्तु जें असे। तें अविनाशचि।।
जैसें पवनें तोय हालविलें। आणि तरंगाकार जाहलें।
तरी कवण कें जन्मलें। म्हणों ये तेथ?।।
तेंचि वायूचें स्फुरण ठेलें। आणि उदक सहज सपाट जाहलें।
तरी आतां काय निमालें। विचारीं पां।।

भावार्थ : हे अर्जुना, ऐक... जर आपण अशी कल्पना केली, की तू, मी आणि इथे उपस्थित असणारे राजे, महाराजे व इतर सर्व लोक कायम असेच जिवंत राहतील अथवा मरून नष्ट होतील, तर या दोन्ही केवळ भ्रामक कल्पना आहेत. वास्तविक,'जिवंत असणे' आणि 'मृत्यू होणे' या दोन्ही बाबी मिथ्या आहेत. ज्या मायेमुळे सत्य भासतात; पण प्रत्येक जीवाच्या अंतर्यामी वसणारे मूळ तत्त्व 'परम चैतन्य' (सेल्फ) अविनाशी आहे. ज्याचा कधीही जन्म होत नाही, ना कधी मृत्यू! ते तत्त्व तर 'अजन्मा' आहे.

जसे, वाऱ्याची गती वाढताच तलावातील पाणी हलू लागते आणि त्यात जलतरंग उमटू लागतात. वारा शांत होताच यथावकाश हे जलतरंग पुन्हा त्याच पाण्यात विलीन होतात आणि पाणी सपाट समतल होऊन जाते.

मग आता तूच विचार कर, या प्रक्रियेत निर्माण होणारी आणि विलीन होणारी नेमकी गोष्ट कोणती? खरे तर मूळ गोष्ट एकच आहे. ती म्हणजे 'पाणी', पण हेच पाणी वाऱ्याच्या गतीमुळे 'तरंगात' परिवर्तित होते. पाणीच 'तरंग' बनते आणि पुन्हा तेच स्वतःमध्ये विलीन होते. तिथे ना कोणत्या गोष्टीची निर्मिती होते, ना कोणत्या गोष्टीचा अंत! डोळ्यांना दिसणारी ही गोष्ट म्हणजे केवळ एक आभास आहे. अगदी याचप्रमाणे, एखाद्या प्राण्याचा जन्म आणि मृत्यू म्हणजेही केवळ एक भ्रमच आहे. कारण त्याच्या अंतर्यामी असणारे मूळ तत्त्व तर अमर, असीम आहे,'अजन्मा ब्रह्म' आहे... जे जन्माआधीही अस्तित्वात असते आणि मृत्यूनंतरही अस्तित्वात असतेच.

एथ कौमारत्व दिसे। मग तारुण्यीं तें भ्रंशे।
परी देहचि हा न नाशे। एकेकासवें।।
तैसीं चैतन्याच्या ठायीं। इयें शरीरांतरें होती जाती पाहीं।
ऐसें जाणे तया नाहीं। व्यामोहदुःख।।

भावार्थ : शरीर आपल्या मूळ स्वरूपात नित्य एकच असते; परंतु विविध अवस्थांमुळे त्यात परिवर्तन दिसू लागते. उदाहरणार्थ, जन्मानंतर शरीर प्रथम बाल्यावस्थेत असते, त्यानंतर बाल्यावस्था संपून त्यास युवावस्था प्राप्त होते. बाल्यावस्था संपल्यानंतर ते बालशरीर नष्ट झालेले असते का? तर नाही! शरीर तेच असते, फक्त त्याच्या अवस्थेत परिवर्तन झालेले असते, त्याचे रूपांतर

झालेले असते. अशाच प्रकारे चैतन्याची अनुभूती कायम एकच असली तरी शरीराच्या बाह्य अवस्थांनुसार त्यात परिवर्तन होत असते. कधी ते भौतिक शरीरावस्थेत म्हणजे आसक्तीत असते, तर कधी मुक्तावस्थेत. अर्थात, जन्म-जीवन-मृत्यू-पुन्हा नव्याने जन्म... अशा विविध अवस्थांतून चैतन्याचा प्रवास सुरूच असतो. जो ही गोष्ट पुरेपूर समजून घेतो, त्या मनुष्याला ना स्वतःच्या शरीराविषयी आसक्ती असते, ना इतरांच्या... ना त्याला त्याचे काही सुख-दुःख जाणवत असते.

जैसें जीर्ण वस्त्र सांडिजे। मग नूतन वेढिजे।
तैसें देहांतरातें स्वीकारिजे। चैतन्यनाथें।।

भावार्थ : ज्याप्रमाणे जुन्या-जीर्ण वस्त्रांचा त्याग करून लोक नवीन वस्त्रे परिधान करतात, त्याचप्रमाणे चैतन्य (सेल्फ) जुन्या शरीराचा त्याग करून नवीन शरीररूपी वस्त्र परिधान करते.

अध्याय १६

हिरे न ठरोत कवडीमोल

ईश्वरप्राप्तीची शुभ इच्छा

प्रस्तुत ओव्यांतून संत ज्ञानेश्वर अशा लोकांचा निर्देश करतात, जे पिढ्यान्‌पिढ्या कर्मकांड करण्यातच धन्यता मानतात. त्यांच्या दृष्टीने ईश्वरप्राप्तीची हीच योग्य पद्धत असते; पण होमहवन, यज्ञयाग करणारे किंवा रीतिरिवाज पाळणारे हे अनेक लोक या कर्मकांडांतच इतके अडकतात, की ज्या ईश्वराला प्रसन्न करण्यासाठी त्यांनी ही पूजाअर्चा सुरू केली होती, त्या ईश्वरालाच ते विसरतात. कारण कर्मकांड केल्यावर त्याच्या बदल्यात भौतिक सुख, प्रापंचिक यश, समृद्धी, भोगविलास, सिद्धी, स्वर्ग या गोष्टी मला कधी मिळतील, याकडेच त्यांचे लक्ष लागलेले असते.

सायासें पुण्य अर्जिजे। मग संसारु कां अपेक्षिजे ?।
परी नेणती ते काय कीजे। अप्राप्य देखें।।
जैसी रांधवणी रससोय निकी। करूनियां मोलें विकी।
तैसा भोगासाठीं अविवेकी। धाडिती धर्मु।।
म्हणोनि आइकें पार्था। याचिपरी पाहतां।

भावार्थ : अत्यंत परिश्रमपूर्वक यज्ञ, होमहवन, दान, पूजाअर्चा असे विधी करून तुम्ही पुण्यप्राप्ती करत आहात. मग त्या बदल्यात सांसारिक इच्छापूर्तीची किरकोळ अपेक्षा का करता? इतके प्रयत्न केलेत, मग त्या बदल्यात ती गोष्ट

मिळवण्याची इच्छा का होत नाही, जी अत्यंत मौल्यवान आणि दुर्लभ आहे आणि ती गोष्ट म्हणजे 'सेल्फ, स्वानुभव' अथवा ईश्वरप्राप्तीशिवाय आणखी कोणती असू शकते. सांसारिक तुच्छ इच्छांच्या पूर्ततेसाठी तुम्ही करत असलेली पुण्यकर्मे व्यर्थ का घालवत आहात?

परंतु समाजात असलेल्या अज्ञानामुळे त्यांच्या हे लक्षात येत नाही, की आपले लक्ष केवळ त्या ध्येयावर असले पाहिजे, जे अद्याप अप्राप्य आहे. (अर्थातच, छोट्याछोट्या किरकोळ नाशवंत गोष्टींची इच्छा बाळगण्यापेक्षा आपले लक्ष आत्मसाक्षात्कारासारख्या उच्चतम गोष्टींवर, अविनाशी परमेश्वराच्या प्राप्तीवर केंद्रित असायला हवे.)

समजा, एखादा मनुष्य अपार मेहनत करून स्वतःच्या आवडीचे सुग्रास भोजन तयार करतो, त्याचा आस्वाद घेऊन त्याला संतुष्टी आणि आनंद मिळणार असतो; पण थोड्याशा पैशांच्या मोहापायी तो त्या भोजनाचा आस्वाद न घेता त्याची विक्री करतो. अगदी त्याचप्रमाणे, मूर्ख लोक खोट्या आनंदासाठी आणि उपभोगांसाठी आपला धर्म विकतात. हे अर्जुना! काही लोक असेही असतात जे ज्ञानाच्या मोठमोठ्या गोष्टी बोलत असतात; पण तेच ज्ञान ते त्यांच्या रोजच्या जगण्यात उतरवू शकत नाहीत आणि कोणतेही कर्म, पूजा, ध्यान आदी करताना ते निष्काम होऊन (फळाच्या अपेक्षेशिवाय) करू शकत नाहीत. अशा लोकांच्या जीवनात दुर्बुद्धी ठाण मांडून बसलेली असते.

अर्थात, प्रार्थना, ध्यान, भजन, पूजन, मनन, श्रवण, दान यांसारख्या आध्यात्मिक कर्मांमागे सांसारिक लाभ, सिद्धिप्राप्ती, अहंकाराचे पोषण यांसारखे वैयक्तिक स्वार्थ असू नयेत. तर यामागे केवळ आणि केवळ ईश्वराविषयीचे प्रेम आणि हरिप्राप्तीची शुभ इच्छाच असावी, हेच संत ज्ञानेश्वरांच्या प्रस्तुत विवेचनाचे तात्पर्य आहे.

अध्याय १७

निष्काम कर्मयोग
अकर्म योग रहस्य

गीतेमध्ये मुख्यत: निष्काम कर्मयोगाचे महत्त्व विशद केले आहे. 'निष्काम' या शब्दाचा अर्थ आहे, निरपेक्ष, कामनाविरहित भावाने एखाद्या कृत्याशी जेव्हा कोणत्याही प्रकारची इच्छा, अपेक्षा जोडलेली नसते, तेव्हा ते कर्म निष्काम म्हटले जाते. गीतेतील वचने सांगून श्रीकृष्णाने अर्जुनाला योग्य मार्ग दाखवण्याचा प्रयत्न केला.

घडणाऱ्या कर्माबाबत जेव्हा कोणतीही आसक्ती नसते, द्वेष नसतो, कोणतीही आशा नसते, अपेक्षा नसते; जे पूर्ण झाल्याने सुख होणार नसते, अहंकार वाढणार नसतो, मनात त्याचे श्रेय लाटण्याची इच्छा नसते; अथवा ते काम अयशस्वी झाले, तर दु:ख होत नाही, नैराश्य येत नाही, क्रोध उत्पन्न होत नाही, तेव्हा ते कर्म हे निष्काम कर्म असते.

निष्काम कर्म करणे तेव्हाच शक्य होत असते, जेव्हा व्यक्तीमध्ये ही समज असते, की 'मी (शरीर) कर्ता नाही. या शरीररूपी यंत्राचा उपयोग करून खरे तर ईश्वरच प्रत्येक कर्म करत असतो. हा संसार म्हणजे त्याचाच खेळ, लीला आहे. ज्यात वेगवेगळ्या शरीरांद्वारे तोच हा खेळ खेळत आहे.' हे भान येताच मनुष्य आपले प्रत्येक कर्तव्य कर्म संपूर्ण उत्साहाने आणि शंभर टक्के योगदान देऊन, कुठल्याही फळाची अपेक्षा न करता पूर्ण करतो. त्या वेळी तो,'हे काम मी केलं', असा कर्ताभावही बाळगत नाही. अशा कर्माने कोणतेही बंधन तयार होत नाही, तर ते मुक्तीचे कारण बनते.

निष्काम कर्माला सोप्या भाषेत 'अकर्म' असेही म्हणता येते. अकर्म म्हणजे असे कर्म, जे घडल्यानंतरही न घडल्यासारखेच असते, त्याचे कर्मबंधन बनत नाही. अशी कर्मे करत असताना मनुष्याला ईर्ष्या, मोह, द्वेष, अहंकार, श्रेय यांसारखे विकार जडत नाहीत. अकर्म ही एक अशी अवस्था आहे, जिथे कर्मही भक्ती बनते, कारण तिथे प्रत्येक कर्म हे ईश्वरालाच अर्पण होत असते. हीच गोष्ट श्रीकृष्ण अर्जुनाला समजावत आहे. कारण योद्धा असूनही,'मी युद्ध करणार नाही', असे म्हणून अर्जुन शस्त्रत्याग करून बसला आहे. निष्काम कर्म अथवा अकर्म योग रहस्य समजावून सांगणाऱ्या ज्ञानेश्वरीतील काही ओव्यांचा भावार्थ आता आपण इथे समजून घेऊ या.

म्हणोनि आइकें पार्था। याचिपरी पाहतां।
तुज उचित होय आतां। स्वकर्म हें।।
आम्हीं समस्तही विचारिलें। तंव ऐसेचि हें मना आलें।
जें न सांडिजे तुवां आपुलें। विहित कर्म।।
परी कर्मफळीं आस न करावी। आणि कुकर्मीं संगति न व्हावी।
हे सत्क्रियाचि आचरावी। हेतूविण।।

भावार्थ : हे अर्जुना, कर्मयोगाच्या सिद्धान्तानुसार आपल्या कर्तव्यकर्माचे आचरण करणेच तुझ्यासाठी योग्य आहे. (अर्जुन एक क्षत्रिय योद्धा असून योग्य कारणास्तव युद्ध करणे हेच त्याचे कर्तव्य आहे. मग ते जरी हिंसक कार्य असले, तरी अर्जुनासाठी तोच त्याचा धर्म आहे आणि युद्ध न करणे हे त्याच्यासाठी अधर्म आहे, जबाबदारीतून पळ काढण्यासारखे आहे.)

सगळ्या गोष्टींचा सारासार विचार केल्यानंतर आपल्या कर्तव्यकर्मापासून विन्मुख न होणे, हेच तुझ्यासाठी योग्य आहे; आणि असे करताना तुला कर्मांच्या (इथे युद्ध हेच अर्जुनाचे कर्म आहे) परिणामांविषयीही विचार करायचा नाही. त्याचबरोबर वाईट कुकर्मे आचरणात आणायची नाहीत. युद्ध करताना कोणाच्याही बाबतीत द्वेष, मोह, क्रोध, कपट आदी वाईट भावना मनात आणायच्या नाहीत.

हे अर्जुना, तू सर्व तऱ्हेच्या इच्छेतून मुक्त होऊन आपल्या कर्तव्याचे पालन करत राहा. अर्थात,'आपलाच विजय व्हावा... अमुक व्यक्ती जीवित राहाव्यात आणि अमुक व्यक्तींचा अंत व्हावा... युद्ध टळलं तर किती बरं होईल...

नातेवाइकांशी युद्ध कसं करू...' अशा प्रकारच्या कोणत्याही इच्छा, विचार मनात न बाळगता, युद्धाला कर्तव्य समजून आपले शंभर टक्के योगदान देऊन योग्य प्रकारे तू ते कर.

कीं प्राप्तकर्म सांडिजे। येतुलेनि नैष्कर्म्य होईजे।
हें अर्जुना वायां बोलिजे। मूर्खपणें।।
सांगैं पैलतीरा जावें। ऐसें व्यसन कां जेथ पावे।
तेथ नावेतें त्यजावें। घडे केवीं?।।
ना तरी तृप्ति इच्छिजे। तरी कैसेनि पाकु न कीजे।
कीं सिद्धुही न सेविजे। केवीं सांगैं?।।

भावार्थ : हे अर्जुना, या जगातील तुझ्या भूमिकेनुसार तुला जी कर्तव्यकर्मे प्राप्त झाली आहेत, त्यांचा त्याग केल्याने अकर्म अवस्था येईल असा विचार करणे म्हणजे निव्वळ मूर्खपणाच आहे.

समजा, दुथडी भरून वाहणारी नदी पार करायची असेल, तर नावेचा उपयोग केल्याशिवाय आपण पैलतीरी कसे पोहोचणार? अशा वेळी नावेचा त्याग करण्यात समजूतदारपणा कोणताही नाही. पोटाची भूक शांत करायची असेल, तर स्वयंपाक करावाच लागतो आणि भोजन तयार असेल, तर ते ग्रहण करणेच श्रेयस्कर असते.

संत ज्ञानेश्वर म्हणतात, केवळ बाह्यरूपात कर्म न केल्याने अकर्म अवस्था येत नाही, तर कामचुकारपणा करणे म्हणजे असमंजसपणाच ठरतो. आवश्यक आणि योग्य कर्मे तर करावीच लागतात. त्यांचा त्याग करण्यापेक्षा ती करत असताना कर्ताभाव सोडला पाहिजे.

हें न ठकेचि जरी कांहीं। तरी सांडिलें तें कायी।
म्हणौनि कर्मत्यागु नाहीं। प्रकृतिमंता।।
कर्म पराधीनपणें। निपजतसे प्रकृतिगुणें।
येरी धरीं मोकलीं अंतःकरणें। वाहिजे वायां।।

भावार्थ : जोपर्यंत मायेचा आधार आहे, तोपर्यंत कर्मांचा त्याग होऊ शकत नाही. (जसे, भूक लागणे, ऐकणे, पाहणे, स्पर्शाची जाणीव होणे, झोप येणे, जन्ममृत्यू ही सर्व नियतीद्वारे संचलित आणि प्रेरित स्वाभाविक कर्मे आहेत, जी आपण थांबवू शकत नाही.)

मायेच्या प्रभावानेच ही सगळी कर्मे स्वचलित, स्वाभाविक रूपात घडतच असतात. जोपर्यंत मायेचा प्रभाव असतो, तोपर्यंत आपण या कर्मांना कितीही थांबवण्याचा प्रयत्न केला, तरी ती आपल्याकडून होतच राहतील. अंतःकरणाला त्याचे काम करण्यापासून रोखण्याचा कितीही प्रयत्न केला तरी तो यशस्वी होऊ शकत नाही. जरी बलपूर्वक बाह्य क्रियांना आपण थांबवू शकलो, तरी विचार करणे, अनुभूती येणे अशी मानसिक कर्मे तर होतच राहतील. याचाच अर्थ, कर्म करण्यापासून आपण स्वतःला रोखू शकत नाही, तर त्यासंबंधित असलेली आसक्ती आणि कर्ताभाव यांचा त्याग करूनच ती कर्मे निष्काम कर्मे, अकर्मे बनवली जाऊ शकतात.

जो अंतरीं दृढ। परमात्मरूपीं गूढ।
बाह्य भागु तरी रूढ। लौकिकु जैसा।।
तो इंद्रियां आज्ञा न करी। विषयांचें भय न धरी।
प्राप्त कर्म नाव्हेरी। उचित जें जें।।
तो कर्मेंद्रियें कर्मीं। राहटतां तरी न नियमी।
परी तेथिचेनि उर्मीं। झांकोळेना।।
तो कामनामात्रें न घेपे। मोहमळें न लिंपें।
जैसें जळीं जळें न शिंपे। पद्मपत्र।।

भावार्थ : जो मनुष्य मनाने निश्चयी, दृढ असतो, जो आंतरिक रूपात आपल्या अंतर्यामी असलेल्या परमात्म्याशी एकरूप होतो. म्हणजे आपल्या हृदयस्थानावर, तेजस्थानावर विराजमान असणाऱ्या ईश्वरीय अनुभवात स्थापित होतो. परंतु आपली दैनंदिन कर्म तो इतर सामान्य लोकांप्रमाणेच करत असतो... जो आपल्या इंद्रियांचा उपयोग तर करतो, परंतु त्यांच्या विषयभोगात गुंतून राहत नाही. जो सहज असणाऱ्या नैसर्गिक कर्मांना आपल्या अज्ञानाद्वारे दडवून ठेवत नाही आणि जो नियतीद्वारे प्रेरित योग्य कर्मे त्यामध्ये न गुंतता पूर्ण करत राहतो त्यांविषयी

तो कुठलीही तक्रार करत नाही... मात्र कर्मांच्या विकारांत (कर्ताभाव, अहंकार, कर्माची फळं यांत) जराही अडकत नाही. तो कधीही इच्छांचा गुलाम बनत नाही. म्हणून मोहाने (अविवेकाने) मलीनही होत नाही. अशा प्रकारे तो मुक्त जीवन जगतो.

जसे, पाण्यात राहूनही कमलदलावर पाणी टिकत नाही, त्याचप्रमाणे संसारात राहूनही कुठल्याही आसक्तीशिवाय आपली कर्तव्ये तो पूर्ण करतो. पण कुठल्याही गोष्टीत अडकत नाही. ज्याप्रमाणे पाण्याच्या संपर्कात आल्यानंतर सूर्याचे प्रतिबिंब पृथ्वीवरील वस्तूंप्रमाणेच दिसू लागते, त्याचप्रमाणे तोही एखाद्या सामान्य मनुष्याप्रमाणेच भासतो. वास्तविक असाच मनुष्य निष्काम कर्मयोगी, तेजसंसारी समजायला हवा.

तूं योगयुक्त होऊनी। फळाचा संगु टाकुनी।
मग अर्जुना चित्त देउनी। करीं कर्में।।
परी आदरिलें कर्म दैवें। जरी समाप्तीतें पावे।
तरी विशेषें तेथ तोषावें। हेंही नको।।
कीं निमित्तें कोणें एकें। तें सिद्धी न वचतां ठाके।
तरी तेथिंचेनि अपरितोखें। क्षोभावें ना।।
आचरतां सिद्धी गेलें। तरी काजाची कीर आलें।
परी ठेलियाही सगुण जहालें। ऐसेंचि मानीं।।
देखैं जेतुलालें कर्म निपजे। तेतुलें आदिपुरुषीं अर्पिजे।
तरी परिपूर्ण सहजें। जहालें जाणैं।।
देखैं संतासंतकर्मीं। हें जें सरिसेंपण मनोधर्मीं।
तेचि योगस्थिति उत्तमीं। प्रशंसिजे।।

भावार्थ : हे अर्जुना, तू कर्ताभाव टाकून अकर्म भावनेने आपली कर्मे कर आणि त्यांच्या परिणामांविषयी विचार करू नकोस. आपल्या कर्तव्यधर्माचे मनापासून पालन कर. जे काम तू करशील, ते पूर्ण झाल्यानंतर आनंदितही होऊ नकोस आणि ते अयशस्वी झाले तर त्याचे दु:खही करू नकोस. काम सफल झाले तरी ठीक, नाही झाले तरी ठीक. या दोन्ही स्थितीत मनात समभाव बाळग. जे काम तुझ्याद्वारे होत राहील त्याविषयीचा कर्ताभाव आणि त्याचे फळ ईश्वराला अर्पण

कर. मग बघ, ती कामे कशी सहजतेने पूर्ण होतील. हे अर्जुना, आपली कर्तव्ये समाधान देणारी असोत, वा कष्टदायक असोत, ती करताना मन आणि वृत्ती शांत आणि अविचल ठेव. हीच समभाव, निष्काम कर्मयोग अथवा अकर्माची उत्तम स्थिती आहे.

इंद्रियें न कोंडीं। भोगातें न तोडीं।
अभिमानु न संडीं। स्वजातीचा।।
कुळधर्मु चाळीं। विधिनिषेध पाळीं।
मग सुखें तुज सरळी। दिधली आहे।।
परी मनें वाचा देहें। जैसा जो व्यापारु होये।
तो मी करीतु आहें। ऐसें न म्हणें।।
करणें कां न करणें। हें आघवें तोचि जाणे।
विश्व चळतसे जेणें। परमात्मेनि।।
उणयापुरेयाचें कांहीं। उरों नेदि आपुलिया ठायीं।
स्वजाती करूनि घेई। जीवित्व हे।।

भावार्थ : आपल्या इंद्रियांना तू स्वाभाविक कार्यापासून परावृत्त करू नकोस आणि भोगांचा त्यागही करू नकोस. (सहजरूपात संतुलित भोग कर. त्यांचा द्वेष करू नकोस आणि अतिरेकही करू नकोस.) आपल्या जातिधर्माचा त्याग करू नकोस (जसे, शिंप्याचा धर्म आहे, कपडे शिवणे), आपल्या कूळधर्माचे आचरण कर (सामाजिक, कौटुंबिक कर्तव्यांचे पालन कर). विधिनिषेधाचे ध्यान ठेवून, म्हणजेच योग्य आणि अयोग्य यातील फरक जाणून, काय करायचे आहे किंवा काय करायचे नाही, ही बाब लक्षात घेऊन सगळ्यांशी व्यवहार कर.

अशा प्रकारचे जीवन जगण्याचे तुला पूर्ण स्वातंत्र्य आहे; परंतु मन, वचन आणि शरीर याद्वारे म्हणजेच भाव, विचार, वाणी आणि क्रिया यांच्याद्वारे जी कर्मे होतील, ती 'मी केली आहेत' असे कधीही म्हणू नकोस. कारण करणे किंवा न करणे ही गोष्ट केवळ त्या जगत्‌चालकाच्याच अधीन आहे. अमुक कर्म लहान आहे अथवा अमुक कर्म मोठे आहे, असा विचारही कधी तू मनात आणू नकोस. स्वतःला आपल्या आतील स्रोताशी जोडून, त्यालाच कर्ता मानून, त्याच्याच मार्गदर्शनाने आपल्या जीवनातील सगळी कर्तव्ये, कर्मे पूर्ण कर.

अध्याय १८

भक्तियोग

सरळ समर्पित मार्ग

विनाशर्त प्रेमाचे दुसरे नाव आहे, भक्ती. तो भावनेचा मार्ग आहे. प्रेम जेव्हा इतके नि:स्वार्थ आणि समर्पित होऊन जाते, की व्यक्तीचा 'मी'पणा, अहंभाव पूर्णपणे विरघळून जातो, तेव्हा प्रेमाचे रूपांतर भक्तीत झाले असे समजायला हवे. ईश्वरप्राप्तीसाठी भक्ती हा सहज, सोपा मार्ग सांगितला आहे. कारण यात कोणती कठीण साधनाही करावी लागत नाही, अथवा शरीराला कष्टही द्यावे लागत नाहीत. ईश्वराच्या प्रेमात भक्ताचा अहंकार सहजपणे समर्पित होऊन, त्याच्या सगळ्या प्रवृत्तींमधून तो मुक्त होऊ शकतो.

ज्ञानयोगाच्या तुलनेत भक्ती हा सहज, सुलभ मार्ग आहे. ज्ञानयोगला आणि कर्मयोगाला बुद्धीने विचारपूर्वक समजून घ्यावे लागते; परंतु भक्तिधारा मनुष्याच्या हृदयातून सहजपणे प्रकटते, त्यासाठी काही विचार करण्याची, समजून घेण्याची आवश्यकताच नसते. केवळ भावभक्तीत आकंठ बुडून आपल्या आराध्य देवतेचे नामस्मरण केल्यानेच भक्ताला स्वानुभव मिळू शकतो. यासाठीच भक्तीत नामस्मरणाचे खूप महत्त्वपूर्ण स्थान आहे. ज्ञानी लोकांच्या मंत्र-श्लोकांपेक्षाही ईश्वराला भक्ताची आर्त साद अतिशय प्रिय असते, किंबहुना तोच आर्त स्वर त्याला स्पष्टपणे ऐकायला येतो.

संत ज्ञानेश्वरांनी *ज्ञानेश्वरीत* लिहिले आहे,'मायारूपी नदीत मोठमोठे ज्ञानीदेखील बुडू लागतात, योगांद्वारेही या नदीला पार करणे कठीण होते; परंतु ज्याच्या मुखी सदैव हरिनाम असते, त्याच्याकरिता या नदीचे जल शिल्लकच राहते.'

अशा प्रकारे भक्ती हाच असा सर्वश्रेष्ठ मार्ग आहे, ज्याच्यावरून सर्व लोक सहजपणे मार्गक्रमण करू शकतात. ज्ञानेश्वरीतील काही ओव्यांद्वारे भक्तीचे महत्त्व आता आपण जाणून घेऊ या.

कां वर्षाकाळीं सरिता। जैसी चढों लागें पांडुसुता।
तैसी नीच नवी भजतां। श्रद्धा दिसे।।
परी ठाकिलियाहि सागरु। जैसा मागीलही यावा अनिवारु।
तिये गंगेचिये ऐसा पडिभरु। प्रेमभावा।।
तैसें सर्वेंद्रियांसहित। मजमाजीं सूनि चित्त।
जे रात्रिदिवस न म्हणत। उपासिती।।
इयापरी जे भक्त। आपणपें मज देत।
तेचि मी योगयुक्त। परम मानीं।।

भावार्थ : पावसाळ्यात ज्याप्रमाणे नद्यांना महापूर येतात, पाण्याची पातळी वाढू लागते, त्याचप्रमाणे मनुष्य जेव्हा रात्रंदिवस भजनकीर्तन, ध्यानधारणा, ईशस्तुतीत तल्लीन होतो, तेव्हा दिवसेंदिवस त्याची श्रद्धाही वृद्धिंगत होत जाते. ज्या वेळी नदी समुद्रात विलीन होण्यासाठी त्याच्या समीप पोहोचते, त्या वेळी ती वरवर शांत वाटत असली, तरी तिच्या मागे असणाऱ्या प्रवाहाला निरंतरपणे वेग असतो. बस्स! हीच गोष्ट ईश्वरप्रेमाशी निगडित आहे. 'याचाच अर्थ, स्वानुभवाच्या समीप पोहोचल्यानंतरही मनुष्यात भक्तीचा प्रवाह कमी न होता उत्तरोत्तर तो वाढतच जातो.'

जे लोक आपल्या सर्व इंद्रियांद्वारे होणाऱ्या सर्व कर्मांसह आपले मनही मला समर्पित करतात, जे आपली सगळी कर्तव्यकर्मे ते पूर्ण करत असतानाही प्रतिक्षण माझी भक्तीच करत असतात. (असे लोक भक्तीला क्रियेत आणून ईश्वरालाच कर्ता मानून कर्म करत राहतात) अशा भक्तांना मी परमयोगी समजतो.

मग निःसीमु भाओ उल्हासें। मज अर्पवियाचेनि मीसें।।
फल एक आवडे तैसें। भले तेयाचें।।
मग भक्तु माझेयाकडें अलुमालु दाखवी। आणि मीं दोन्हीं हात ओडवीं।।
मग देंटु न संडितां सेवीं। आदरेंसीं।।

पैं गा भक्तिचेनि नावें। फूल मज येक देयावें।।
तें लेखें तरि मियां तुरुंबावें। परि मुखीं चिं घालीं।।
हें असो काइसीं फुलें। पान चि एक आवडतें जालें।।
तें साजुक ही न्हवे सूकलें। भले तैसें।।
परि सर्व भावें भरलें देखें। आणि भूकैला ऐसा अमृतें तोखे।
तें पत्र चि परि तेणें सुखें। आरोगुं लागें।।

भावार्थ : जेव्हा एखादा भक्त प्रेमाने परिपूर्ण होऊन कुठलेही फळ मला अर्पण करण्यासाठी येतो, तेव्हा मी ते स्वीकारण्याकरिता आपले दोन्ही हात पुढे करतो. आनंदाने त्याचा स्वीकार करून विलंब न करता मोठ्या प्रेमाने मी ते जसेच्या तसे देठासह ग्रहण करतो.

हे अर्जुना, माझा एखादा भक्त, भक्तिपूर्वक मला एखादे फूलही अर्पण करत असेल, तर त्या वेळी मी भक्तिरसाने ओतप्रोत होऊन त्या फुलाला हुंगण्याऐवजी ते लगेच खाऊन टाकतो. एवढेच काय, एखादा भक्त जेव्हा झाडाचे एखादे पानही मला अर्पण करतो, तेव्हाही मी ते ताजे आहे, की वाळलेले आहे हे बघत नाही, मी तर त्या वेळी त्या भक्ताचा केवळ प्रेमपूर्ण भाव बघतो. अशा वेळी ते पान मी जसेच्या तसे खाऊन संतुष्ट होतो. जसे, की एखादा भुकेला मनुष्य अमृत पिऊन तृप्त होईल.

तात्पर्य, ईश्वर नैवेद्याचा अथवा वस्तूंचा भुकेला नसून, तो केवळ भावाचा म्हणजे भक्तीचा भुकेला असतो. जे काही त्याला पूर्ण समर्पित भावनेने, श्रद्धेने अर्पण केले जाते, ते तो आनंदाने स्वीकार करतो. ईश्वरासाठी कुठलेही कर्मकांड, विधिविधान, मंत्रोच्चारण महत्त्वपूर्ण नसते, तर त्यामागे दडलेला भक्ताचा श्रद्धाभाव महत्त्वाचा असतो.

पैं आपुलें जें साचें। तें कल्पांतिं हिं न वचे।
हें जाणूनि गतांचें। न शोची जो।।
जेया परौतें नाहिं। तें जाला आपुलां ठांइं।।
या लागि काहिं। आकांक्षी ना।।
वोखटें ना गोमटें। या काइसेया ही ना भेटे।।
राति देऊ न घटे। सूर्यु जैसा।।

ऐसा बोधू चि केवलू। होउनियां निश्चलू।।
यावरि भजनशीलु। माझां ठाइं।।
तरि तेया ऐसें दुसरें। आम्हां पढियंतें सोयरें।।
नाहिं गा साचोकारें। तूझी आण।।

भावार्थ : आत्मसाक्षात्कारापेक्षा मोठे अन्य कोणतेही साध्य जगात असूच शकत नाही, असा विश्वास ज्या भक्तास असतो, त्याला सांसारिक भोगविलासातून मिळणारा कुठलाही आनंद मिळत महत्त्वाचा वाटत नाही. संपूर्ण विश्वात, चराचरांत माझेच अस्तित्व आहे, ही गोष्ट तो अनुभवाने जाणतो, त्याची इतरांपासून वेगळेपणाची जाणीव, आणि याच कारणाने आपपरभाव नष्ट होतो.

माझे मूळ तत्त्व हे अनंत काळापर्यंतही नष्ट होणार नसून त्याला अंतही नाही, हे जो जाणतो तो दैनंदिन जीवनातील छोट्यामोठ्या गोष्टींनी कधीही दुःखी होत नाही. त्याला सांसारिक कुठल्याही गोष्टींचा, वस्तूंचा मोह राहत नाही. तो चांगले-वाईट, सुखदुःखात भेद न करता सर्वकाळ, सर्व स्थितीत सर्वत्र सम राहतो. त्याच्याकडे भेदाभेदाची दृष्टीच राहत नाही. त्याच्याकरिता सर्व काही समान होऊन जाते. जसे, मुक्ताबाईला कुत्रा, फूल, शत्रू, मित्र या सर्वांमध्ये विठ्ठलाचेच दर्शन होत होते.

जसे, सूर्यासाठी दिवसरात्र असत नाही. कारण जिथे सूर्य आहे तिथे नेहमीच प्रकाश उपलब्ध असतो; त्याचप्रमाणे आत्मसाक्षात्कारी मनुष्यही जणू ज्ञानमूर्तीच बनतो, त्याच्यात सत्याविषयीची जाणीव नेहमीच जागृत असते. याच बरोबर जर तो माझ्या प्रेमाने भारलेला अनन्य भक्तही असेल तर अशा ज्ञानी भक्ताखेरीज मला या जगात अन्य काहीही प्रिय नाही.

अध्याय १९

ज्ञानयोग

ज्ञानयुक्त कर्म म्हणजेही भक्तीच

ज्ञानाशिवाय भक्ती आणि कर्म अपूर्ण, दिशाहीन आहेत. भक्ती आणि कर्मे यांना योग्य दिशा देण्याचे काम ज्ञानच करते. ही गोष्ट एका उदाहरणाने आपण समजून घेऊ या.

एक उंदीर रात्रभर एक टोपली कुरतडत होता. त्या टोपलीला छिद्र पाडण्याचा त्याचा प्रयत्न सुरू होता. तसे पाहिले तर, रात्रभर त्याने किती मोठे कर्म केले! पण झाले असे, की सकाळी त्याने पाडलेल्या त्या छिद्रातून एक साप बाहेर आला आणि त्याने तो उंदीर खाऊन टाकला. आता ज्या वेळी उंदीर टोपली कुरतडण्याचे कर्म करत होता, त्याच वेळी त्याला ठाऊक असते, की त्याच्या या कर्माचे फळ त्याला मृत्यूच्या रूपात मिळणार आहे, तर त्याने ते कर्म केले असते का? निश्चितच नाही. शिवाय, आधीच ही गोष्ट कळल्याने त्याने ईश्वराला किती धन्यवाद दिले असते! याचाच अर्थ, वेळेवर मिळालेल्या योग्य ज्ञानाने आपल्या वर्तमानातील कार्यात सुधारणा होऊ शकते.

ज्ञानाशिवाय केलेली भक्ती ही अंध भक्ती, व्यापारी भक्ती ठरू शकते. ज्यात स्वत:च्या वैयक्तिक स्वार्थासाठी ईश्वराला खूश करण्याचा प्रयत्न केला जातो. ज्ञानयुक्त भक्तीच मनुष्याला त्याची खरी ओळख करून देऊ शकते, आत्मसाक्षात्कार मिळवून देऊ शकते. आत्मसाक्षात्कार हीच अवस्था मनुष्याची सर्वश्रेष्ठ अवस्था आहे.

श्रीकृष्ण गीतेत सांगतात,'मला ज्ञानी भक्त सर्वाधिक प्रिय आहेत. एखादा

मनुष्य जेव्हा समजेसह भक्ती करून ती आपल्या क्रियेतही आणतो, तेव्हा तोच खरे तर ज्ञानी भक्त असतो, जो ईश्वरालाच कर्ता मानून त्याच्यासाठीच उत्तम कर्म करत असतो.

संत ज्ञानेश्वरांनी, *ज्ञानेश्वरी* या ग्रंथात ज्ञान म्हणजे काय, हे आपल्या ओव्यांद्वारे सविस्तरपणे समजावून सांगितले आहे. या अध्यायात त्यांच्या अशाच काही ज्ञानपूर्ण ओव्यांचा समावेश केला आहे, ज्या वाचून ज्ञानाचे महत्त्व आपण संत ज्ञानेश्वरांच्या दृष्टिकोनातून समजून घेणार आहोत.

ग्रासा एका अन्नासाठीं। अंधु धांवताहे किरीटी।
आडळला चिंतामणी पायें लोटी।आंधळेपणे।।
तैसें ज्ञान जैं सांडुनि जाये। तै ऐसी हे दशा आहे।
म्हणोनि कीजे तें केलें नोहे। ज्ञानेंवीण।।
आंधळेया गरूडाचे पांख आहाती। ते कवणा उपेगा जाती।
तैसे सत्कर्माचे उपखे ठाती। ज्ञानेंवीण।।

भावार्थ : हे अर्जुना, एखादी अंध व्यक्ती जशी अन्नाच्या एकेका घासासाठी दारोदार भटकत असते आणि अंधत्वामुळे पायाखाली आलेल्या अमूल्य चिंतामणीलाही लाथाडते, अशाच प्रकारे अज्ञानी (ज्ञानांध) असलेल्या लोकांचीही स्थिती असते. अर्थातच, ज्ञानाच्या दृष्टीअभावी अज्ञानाने अंध झालेल्या अशा लोकांना त्यांच्या सर्वोच्च ध्येयाची ओळख न पटल्याने लहानसहान गोष्टींनाच महत्त्व देऊन त्यातच ते गुंतून राहतात. ज्ञानाअभावी महान ध्येयही ते लाथाडतात.

अंध असलेल्या गरुडाला पंख असले, तरी त्याला त्यांचा काय उपयोग? कारण डोळे असल्याशिवाय दिसत नसल्याने तो या विशाल आकाशात उंच भरारी घेऊच शकत नाही. अशाच प्रकारे ज्ञानाच्या अभावामुळे चांगल्या कर्माचे श्रमही व्यर्थ ठरतात.

संत ज्ञानेश्वरांना यातून असे सांगायचे आहे, की मनुष्यात जर योग्य समज नसेल, तर तो करण्यायोग्य कार्य कोणते हे जाणूही शकत नाही आणि अकर्ता भावाने करूही शकत नाही. त्यामुळे त्याला स्वानुभवाची सर्वोच्च अवस्थाही कधी प्राप्त होऊ शकत नाही.

तो पहिला आर्तु म्हणिजे। दुसरा जिज्ञासु बोलिजे।
तिजा अर्थार्थी जाणिजे। ज्ञानिया चौथा।।
तेथ आर्तु तो आर्तीचेनि व्याजें।
जिज्ञासु तो जाणावयालागीं भजे।
तिजेनि तेणें इच्छिजे। अर्थसिद्धि।।
मग चौथियाच्या ठायीं। कांहींचि करणें नाहीं।
म्हणौनि भक्तु एकु पाहीं। ज्ञानिया जो।।
जे तया ज्ञानाचेनि प्रकाशें। फिटलें भेदाभेदांचें कडवसें।
मग मीचि जाहला समरसें। आणि भक्तुही तेवींचि।।

भावार्थ : हे अर्जुना, ईश्वराचे स्मरण करणारे चार प्रकारचे भक्त असतात. पहिले, आर्त म्हणजे जे दुःखात किंवा संकटे आल्यानंतर ईश्वराचे स्मरण करतात. दुसरे, जे जिज्ञासू म्हणजे ज्यांना ज्ञान प्राप्त करण्याची, ईश्वराला जाणून घेण्याची इच्छा असते. ज्यांना ज्ञानाविषयी काही जाणायचे असते. तिसरे अर्थार्थी म्हणजे ज्यांना केवळ भौतिक सुखसुविधा, मानप्रतिष्ठा, धनसंपत्ती यांची आसक्ती असते आणि यांच्या प्राप्तीकरिता जे ईश्वराचे स्मरण करत असतात. आणि चौथे ज्ञानी, ज्यांना सर्वोच्च ज्ञान प्राप्त करायचे असते.

पहिल्या प्रकारचा भक्त, आपल्या दुःखातून मुक्त होण्यासाठी ईश्वराची भक्ती करतो. (अशी भक्ती ही सकाम भक्ती किंवा व्यापारी भक्ती असते, जी फक्त दिलासा मिळेपर्यंतच होत राहते. दिलासा मिळताच भक्तीही संपुष्टात येते आणि ईश्वराचाही विसर पडतो.)

दुसऱ्या प्रकारचा जिज्ञासू भक्त, केवळ ज्ञानप्राप्तीसाठी भक्ती करतो. प्रत्येक गोष्ट तो ज्ञानाच्या कसोटीवर, ज्ञानाच्या पातळीवर तपासून पाहू इच्छितो. (असे भक्त नेहमी शास्त्रपुराण, विधिविधान, वादविवाद आणि विविध तर्कांमध्येच अडकतात. यांची भक्ती केवळ बुद्धीच्या स्तरापर्यंतच मर्यादित असते.)

तिसरे अर्थार्थी लोक, जे केवळ भौतिक वस्तूंच्या प्राप्तीसाठीच ईश्वराची भक्ती करतात. असे लोक यशप्राप्ती, मानसन्मान यासाठीच दान, सेवा, होमहवन इत्यादी कर्मकांडे करून ईश्वराला प्रसन्न ठेवण्याचा प्रयत्न करतात. अशा काही गोष्टी केल्या नाहीत, तर ईश्वर आपल्यावर नाराज होईल आणि समाजातील आपली पतप्रतिष्ठा, धन-संपत्ती तो हिरावून घेईल अशी भीती त्यांना सतत सतावत असते.

चौथ्या प्रकारच्या ज्ञानी भक्तांमध्ये मात्र अशी कुठलीही इच्छा नसते, जी त्यांना भक्ती करून साध्य करायची असते. (अशा भक्तांचे ईश्वरावर निस्सीम प्रेम असते. ईश्वराच्या इच्छेतच त्यांनी आपली इच्छा विलीन केलेली असते. 'तुझी इच्छा तीच माझी इच्छा' याच भावनेने ते जगत असतात.) म्हणून असे ज्ञानी लोकच ईश्वराचे खरे भक्त असतात. ज्ञानाच्या प्रकाशात अशा भक्तांचा भेदभावरूपी अंधकार संपूर्णपणे नाहीसा झालेला असतो. त्यांना प्रत्येक जिवात एकच ईश्वररूपी चैतन्य दिसू लागते. म्हणून असे ज्ञानी भक्तच ईश्वराला सर्वाधिक प्रिय असतात.

म्हणौनि आपुलालेया हिताचेनि लोभें। मज आवडे तो ही भगतु झोंबे।
परि मीं चि करीं वालभें। ऐसा ज्ञानियां एकु।।
पाहे पां दुभतेयाचिया आशा। जग चि धेनू करित आहे फांसा।
परि दोरेंविण कैसा। वत्साचा बली।।
कां जें तनुमनुप्राणें। तें आणिक कांहीं चि नेणे।
देखे तेयातें म्हणे। हे माये चि कीं।।
तें एणें मानें अनन्यगति। म्हणौनि धेनू हीं तैसी चि प्रीति।
एयालागि लक्ष्मिपति। बोलिले साच।।

भावार्थ : श्रीकृष्ण अर्जुनाला सांगतात, हे अर्जुना, जो तो केवळ आपल्या स्वार्थासाठीच माझा भक्त बनून माझ्या मागे लागतो, माझी सकाम भक्ती म्हणजे बिझनेस भक्ती करतो. परंतु फक्त ज्ञानी भक्तच असा असतो, ज्याला केवळ माझीच आस असते. केवळ माझ्या प्राप्तीसाठीच तो माझी भक्ती करत असतो.

जसे, दूध मिळवण्याच्या आशेने काही लोक गायीला दोराने गोठ्यात बांधून ठेवतात. तिला चारापाणी देऊन तिची सेवा करतात. परंतु गायीचे वासरू दावणीला बांधलेले नसले तरी गाईजवळच, तिच्या आसपासच सारखं घुटमळत असतं. कारण ते शरीराने आणि मनाने तिच्याशीच जोडलेले असते. त्याला आपल्या आईशिवाय अन्य काहीच दिसत नाही. ते आपल्या आईलाच सर्वस्व मानत असते.

अगदी अशाच प्रकारे त्या गाईचेदेखील सगळं लक्ष त्या छोट्या हुंदडणाऱ्या वासरावर असते. कारण तिला ठाऊक असते की ते वासरू पूर्णपणे आपल्यावर अवलंबून आहे. म्हणून त्या वासरावरच तिची विशेष प्रीती, अनुकंपा असते.

ज्ञानी भक्ताची स्थितीही या वासरासारखीच असते.

तात्पर्य, ज्ञानी भक्त ईश्वराच्या प्रेमात केवळ त्याच्या प्राप्तीसाठीच भक्ती करतो; जशी मीराबाईंनी केली. ईश्वराशिवाय अन्य कोणत्याही लाभाची त्याला अपेक्षाच नसते. ईश्वराशी त्याचे केवळ प्रेमाचे आणि भक्तीचेच नाते असते, त्यामागे कोणत्याही इच्छा-अपेक्षा अथवा भीती असत नाही.

ऐकें जया प्राणियाचां ठायीं। इया ज्ञानाची आवडी नाहीं।
तयाचें जियालें म्हणों काई। वरी मरण चांग।।
शून्य जैसें गृह। कां चैतन्येंवीण देह।
तैसें जीवित तें संमोह। ज्ञानहीना।।
अथवा ज्ञान कीर आपु नोहे। परी ते चाड एकी जरी वाहे।
तरी तेथ जिव्हाळा कांही आहे। प्राप्तीचा पैं।।
वांचूनि ज्ञानाची गोठी कायसी। परी ते आस्थाही न धरी मानसीं।
तरी तो संशयरूप हुताशीं। पडिला जाण।।

भावार्थ : श्रीकृष्ण अर्जुनाला समजावून सांगतात, की हे अर्जुना, ज्या मनुष्याच्या मनात आत्मसाक्षात्कार अथवा स्वानुभव प्राप्त करून देणारे सर्वोच्च ज्ञान मिळवण्याची इच्छा नसेल, त्याने जिवंत राहण्यापेक्षा त्याचे मरणेच हितकर ठरेल. कारण मनुष्यजीवन प्राप्त होऊनही तो जर या आयुष्याचा ज्ञानप्राप्तीकरिता लाभ घेऊ शकत नसेल, तर तो जिवंत असूनही मृतवतच असतो.

जसे, एखादे रिकामे घर उजाड आणि सुनेसुने असते अथवा प्राणाशिवाय शरीर निर्जीव असते, तसेच ज्ञानाशिवाय आयुष्य म्हणजे निव्वळ भ्रमच असते; चुकीच्या प्रथा-परंपरांनी भरलेले असते. ज्ञानाशिवाय मानवी जीवनाला कोणतीही किंमत राहत नाही.

समजा, एखाद्या मनुष्याला हे ज्ञान प्राप्त झालेले नाही; पण त्याच्या मनात ज्ञानाविषयी आदरभाव असेल, तो या ज्ञानासाठी व्याकूळ झालेला (तहानलेला) असेल, तर कधी ना कधी त्याला हे ज्ञान प्राप्त होणे शक्य आहे. परंतु, एखाद्याकडे ज्ञानही नसेल आणि ज्ञानाप्रति आदर, आस्थाही नसेल, तर मात्र तो अविश्वास, भ्रम आणि संशय यांच्या अग्नीतच जळत राहील. कारण ज्ञानाबाबत अविश्वास आणि चुकीच्या धारणाच ज्ञानप्राप्तीच्या मार्गातील बाधा ठरतात.

खंड ३

अंतिम सत्याचा अनुभव

अध्याय २०

तो 'एकच' आहे
अमृतानुभव १

गीतेतील सर्वोच्च ज्ञान, *ज्ञानेश्वरी*द्वारे सर्वसामान्य लोकांपर्यंत पोहोचवण्याचे कार्य संत ज्ञानेश्वरांद्वारे घडले; परंतु तरीही सत्यासाठी तहानलेल्या काही जिज्ञासूंना त्यांचे व्यक्तिगत आध्यात्मिक अनुभव जाणून घेण्याची उत्कंठा होती. साधकांची ही उत्सुकता जाणून गुरू निवृत्तिनाथ संत ज्ञानेश्वरांना म्हणाले, ''तुम्ही ज्ञानेश्वरीद्वारे सर्वसामान्य लोकांमध्ये ज्ञान आणि भक्ती तर जागृत केली आहेच; पण आता सत्यशोधक जिज्ञासूंसाठी आपल्या साधनेचे अनुभव कथन करून त्यांना सत्यमार्गावर प्रेरित करायला हवे.''

गुरूंची आज्ञा शिरसावंद्य मानून संत ज्ञानेश्वरांनी, सतत दहा दिवस प्रवचनांतून आपल्या साधनेचे अनुभव साधकांना सांगितले. या सर्व प्रवचनांचा समूह म्हणजे *अमृतानुभव*. दहा अध्यायांचा मिळून बनलेला हा ग्रंथ म्हणजे संत ज्ञानेश्वरांच्या मोक्ष साधनेचे सार आहे.

संत ज्ञानेश्वरांनी आपल्या ओव्यांच्या माध्यमातून जिज्ञासू साधकांना त्या परम सत्याविषयी सांगितले, जे त्यांनी अनुभवातून जाणले होते. त्यांनी परम चैतन्य (सेल्फ, ब्रह्म) आणि या जगाची वास्तवता अनुभवाने जाणली. अनुभवाच्या या अवस्थेलाच आत्मसाक्षात्कार, मोक्ष, स्वबोध म्हणून ओळखले जाते. या अवस्थेत माणसाच्या डोळ्यांवर पडलेली अज्ञानरूपी झापडे आणि मायेचे पडदे दूर होऊन त्याला केवळ शुद्ध सत्यच दिसू लागते.

अमृतानुभव या ग्रंथात अद्वैताची स्तुती केली आहे. अद्वैत म्हणजे 'एकच',

जिथे दुसरे कोणी नाहीच. आपण सगळे त्या एकाच परम चैतन्याचे, ईश्वराचे रूप आहोत हेच अंतिम सत्य आहे. संपूर्ण चराचर सृष्टीत त्याच्याशिवाय अन्य कोणी नाहीच. परंतु मायेमुळे आपल्याला जगात वेगवेगळ्या वस्तू, जीव दिसतात. मायेच्या या भ्रमामुळेच जीव स्वत:ला इतरांहून वेगळे समजतो. तो स्वत:ला 'मी' आणि इतरांना तुम्ही म्हणतो.

जसे, रात्रीच्या अंधारात कधीकधी मनुष्य खुंटीवर टांगलेल्या कोटालाच भूत समजून घाबरू लागतो; परंतु जेव्हा दिवा लावतो, तेव्हा वास्तव समोर येते. त्याचे अज्ञान दूर होऊन, ज्याला तो भूत समजून घाबरत होता, तो कोट असल्याचे सिद्ध होते. आपल्या या घाबरटपणावर, मूर्खपणावर त्याला हसूही येते. माया हा असा भ्रम आहे, ज्यामुळे कोटातही भुताचा भास होतो. अर्थात, मनुष्य जगताला वास्तव आणि चैतन्य तपासून वेगळे करून पाहतो आणि यालाच सत्य समजून आयुष्य जगत राहतो.

गुरुकृपेने जेव्हा मनुष्याच्या अंतर्यामी ज्ञानरूपी प्रकाश पडतो, तेव्हा त्याचा भ्रम दूर होतो. त्याच्यासमोर स्वत:ची (सेल्फची) आणि विश्वाची स्थिती स्पष्ट होते. मग त्याला स्वत:च्या अज्ञानावरच हसायला येते. संत ज्ञानेश्वर, कबीर, गुरुनानक यांसारख्या 'स्वबोध' अवस्थेत स्थापित आत्मसाक्षात्कारी युगपुरुषांनी हाच अनुभव वेगवेगळ्या प्रकारे लोकांना समजावून सांगण्याचा प्रयत्न केला.

अमृतानुभव या ग्रंथातील अशाच काही ओव्या, ज्या साधकांना परम सत्याचा बोध देतात, त्या आपणही समजून घेऊ या.

शुक्लपक्षींच्या सोळा। दिवसा वाढती कळा।
परि चंद्र मात्र सगळा। चंद्रीं जेवीं।।

भावार्थ : शुक्ल पक्षाच्या प्रतिपदेपासून पौर्णिमेपर्यंत चंद्राच्या सोळा कला दिसतात. प्रत्येक कलेत चंद्राचा आकार आणि चमक वाढत जाताना दिसते. परंतु प्रत्यक्षात पाहिले तर चंद्र न घटतो न वाढतो, तो आपल्या स्वरूपात आहे तसाच राहतो. मात्र ही निसर्गाचीच लीला आहे, जी आपल्याला दाखवते, की बघा, चंद्राचे किती आकार किती रूपे आहेत!

तात्पर्य, हीच स्थिती विश्वात विधात्याची आहे. वास्तविक तो आहे आणि स्वत:च स्वत:मध्ये परिपूर्ण आहे, परंतु प्रकृती अथवा माया आपल्याला त्याची

विभिन्न रूपे दाखवत असते. ज्यामुळे आपल्याला विश्वात वेगवेगळ्या सजीव-निर्जीव वस्तू, भिन्नभिन्न प्राणिमात्र दृष्टीस पडतात.

थेंबीं पडतां उदक। थेंबीं धरूं ये लेख।
परि पडिला ठायीं उदक। वांचूनि आहे?।।

भावार्थ : पावसाचे पाणी थेंबाथेंबाने पृथ्वीवर बरसते, वरून पडताना हे थेंब जरी वेगवेगळे भासत असले तरी जमिनीवर पडल्यानंतर मात्र ते सर्व एकमेकांत विलीन होऊन जातात आणि शिल्लक राहते ते केवळ पाणीच! याचाच अर्थ, थेंब पाण्यापासून बनतात, पाणीच असतात आणि पुन्हा ते पाण्यातच विलीन होतात; पण तरीही आपण त्यांना पाणी नाही, तर थेंबच म्हणतो.

अगदी याच प्रकारे जगात ज्या सजीव-निर्जीव गोष्टी दिसत आहेत, त्यादेखील ईश्वरापासूनच निर्माण झाल्या आहेत, ईश्वरच आहेत आणि पुन्हा त्या ईश्वरामध्येच विलीन होत आहेत. याचाच अर्थ, ईश्वर स्वतःच जीव आणि सृष्टी यांच्या रूपात प्रकट होतो व पुन्हा स्वतःतच विलीन होतो.

तैसें असताचिया व्यावृत्ती। सत्म्हणों आलें श्रुति।
जडाचिया समाप्ती। चिद्रूप ऐसें।।

भावार्थ : मनुष्याला असत्य, भ्रम अथवा मायेची ओळख व्हावी म्हणूनच 'सत्य' या शब्दाची निर्मिती झाली आहे. जी वस्तू जड म्हणजे अचेतन आहे त्याविरुद्ध असलेली अवस्था दर्शवण्यासाठीच 'चैतन्य' हा शब्द बनला आहे. म्हणजेच सत्य-असत्य, माया-ब्रह्म, जड-चेतन हे केवळ शब्दांचे खेळ आहेत. ईश्वराच्या वेगवेगळ्या अवस्थांनाच निरनिराळी संबोधने दिली आहेत; परंतु वास्तवात जे काही उपलब्ध आहे, ते सर्व एकच आहे.

हा ठावोवरी गुरुरायें। नांदविलों उवायें।
जे आम्ही न समाये। आम्हांमाजीं।।

भावार्थ : आजवर भक्त बनून आम्ही गुरू निवृत्तिनाथांच्या चरणी लीन होऊन राहिलो; परंतु गुरूंनी आम्हांला स्वानुभव प्रदान करून इतके आनंदी, इतके व्यापक बनवून टाकले आहे, की आम्ही आता स्वत:मध्ये (सेल्फमध्ये) सामावले जात नाही. अर्थात आम्ही जणू मूर्तिमंत चैतन्यच बनलो आहोत.

आमुची करवे गोठी। ते जालीचि नाहीं वाक्सृष्टी।
आमुतें देखे दिठी। ते दिठीचि नव्हे।।
आमुतें करूनि विखो। भोगूं शके पारखो।
तैं आमुतें न देखों। आम्हीपण।।

भावार्थ : संत ज्ञानेश्वर आत्मानुभवात स्थापित होऊन म्हणतात,'जिह्वेत इतकी क्षमता नाही, की ती आमच्याविषयी (ईश्वराविषयी) काही सांगू शकेल, असे डोळे बनले नाहीत, जे आम्हांला बघू शकतील. आपल्या स्वरूपापासून वेगळे होऊन आम्ही त्याला जाणूही शकत नाही, ऐकूही शकत नाही आणि पाहूही शकत नाही. स्वत:पासून (ईश्वरापासून) विभक्त होऊन स्वत:चा अनुभव घेता येत नाही. म्हणजेच ईश्वरीय अनुभव तेव्हाच घेतला जाऊ शकतो, जेव्हा अनुभवणारी व्यक्ती अहंकारविहीन होऊन त्याच्याशी एकरूप होते. अशा स्थितीत ईश्वरच ईश्वराचा अनुभव घेत असतो.

आतां आमोद सुनास जालें। श्रुतीसि श्रवण रिघाले।
आरिसे उठले। लोचनेसी।।
जिव्हा लोधली रसें। कमळ सूर्यपणें विकाशे।
चकोरचि जैसे। चंद्रमा झाले।।
फुलेंचि जालीं भ्रमर। तरुणीची झाली नर।
जालें आपुलें शेजार। निद्राळुचि।।
दिठीवियाचा रवा। नागरु इया ठेवा।
घडिला कां कोरिवां। परी जैसा।।
तैसे भोग्य आणि भोक्ता। दिसे आणि देखता।
हें सरलें अद्वैता। अफुटामाजीं।।

भावार्थ : संत ज्ञानेश्वर ब्रह्म आणि मायेचा संबंध दर्शवताना म्हणतात,'जणू आता नाकच सुगंध बनले आहे, कान स्वत:च ध्वनी बनले आहेत, डोळे स्वत:च दृष्टी आणि दृश्यही बनले आहेत. जिह्वा स्वत:च स्वाद बनली आहे. सूर्य स्वत:च प्रकाश बनला आहे, चंद्रमा चकोर झाला आहे, फूल स्वत:च भुंगा बनला आहे, स्त्री स्वत:च पुरुष बनली आहे, झोपणारा बिछाना बनला आहे, जाणणारा स्वत:च विषय बनला आहे, अशा प्रकारे भोगच भोग्य बनले आहेत, तसेच बघणारा (मी) आणि ज्याला बघितले जात आहे ते दृश्य (तू) हे दोघेही त्या परम (द्वैत) चैतन्यरूपी ईश्वरात एकच (अद्वैत) होऊन गेले आहेत.

याचाच अर्थ, ईश्वराने हे विश्व निर्माण केलेले नसून, तो स्वत:च विश्व बनला आहे. संपूर्ण सृष्टीत उपलब्ध असलेले प्रत्येक तत्त्व आणि त्याचा उपभोग घेणाराही तो स्वत:च आहे, तो एकच आहे. तोच आपल्या आनंदासाठी एकापासून अनेकांमध्ये विभाजित झाला आहे.

अध्याय २१

अप्रकट-प्रकट
अमृतानुभव २

संत ज्ञानेश्वरांनी *अमृतानुभव*च्या पहिल्या अध्यायात ईश्वराच्या निराकार म्हणजे अप्रकट आणि साकार म्हणजे प्रकट रहस्यांविषयी समजावून सांगण्याचा प्रयत्न केला आहे. चैतन्याच्या या दोन अवस्थांना त्यांनी शिव आणि त्याची शक्ती या दोन रूपांत समजावून सांगितले आहे.

शिव, परम चैतन्याचे एक प्रचलित नाव आहे. शिव हे मूळ तत्त्व असून शून्य, निराकार, सर्वव्यापक, अनादी, अनंत, नि:शब्द, अद्वैत आणि अव्यक्त आहे. शिवाच्या या अवस्थेलाच 'सेल्फ इन रेस्ट' म्हणजे 'स्व'मध्ये विश्रांतीची अवस्था अथवा 'समाधिवस्था' असेही म्हटले जाऊ शकते. ही तेव्हाची अवस्था आहे, जेव्हा शिवाने स्वत:ला शक्तीच्या म्हणजे मायेच्या अथवा प्रकृतीच्या रूपात व्यक्त केलेले नव्हते.

शिव क्रियाशील झाले (सेल्फ इन ॲक्शन), तेव्हा त्यांनी प्रकृतीची म्हणजेच महामायेची रचना केली. शिवाची ही प्रकृती शक्ती, महामाया, पार्वती, काली, लीला, नटराज नृत्य या नावांनी ओळखली जाते. ज्या वेळी शिवाने शक्तीची निर्मिती करून सृष्टीची रचना केली, त्या तिथीला 'शिवरात्री' असे संबोधले जाते. शिवाचे नृत्य (माया, त्याची प्रकट अवस्था) आजही निरंतरपणे चालू आहे. ज्या दिवशी हे नृत्य थांबेल, तेव्हा ही संपूर्ण सृष्टी पुन्हा शिवाच्या मूळ रूपात विलीन होईल.

धार्मिक ग्रंथांत परम चैतन्य शिवाला दोन भागांत विभाजित करून शिव

आणि शक्ती अशी दोन वेगवेगळी नावे दिली आहेत. शिवाय, या दोन्ही रूपांना भिन्नभिन्न दाखवून त्यांच्यावर अनेक कहाण्या, कथा रचल्या आहेत. वास्तवात शिवाच्या विभिन्न अवस्था या ईश्वराच्या वेगवेगळ्या अवस्था आणि त्यांचे गुण दर्शवतात. खरे तर ईश्वर म्हणजे शिव अखंड असून त्याला विभाजित केले जाऊ शकत नाही किंवा कमीजास्त केले जाऊ शकत नाही.

संत ज्ञानेश्वरांच्या दृष्टिकोनातून इथे आपण शिव (अप्रकट चैतन्य) आणि शक्ती (प्रकट चैतन्य) याबाबत समजून घेण्याचा प्रयत्न करू या.

ऐसी इयें निरुपाधिकें। जगाचीं जियें जनकें।
तियें वंदिलीं मियां मूळिकें। देवोदेवी।।
जो प्रियुचि प्राणेश्वरी। उलथे आवडीचे सरोभरीं।
चारुस्थळीं येकाहारी। एकांगाची।।

भावार्थ : शिव आणि शक्ती या दोन अशा मूळ देवदेवता आहेत, ज्यात पतीच पत्नी बनला आहे आणि पत्नीच पती आहे. (ते दोघे वेगवेगळे दिसत असले तरी मुळात एकच आहेत.) त्यांची ती एकरूपता हेच त्यांचे वैशिष्ट्य असून तेच त्यांच्या मीलनाचे सुंदर स्थान आहे. ते दोघे लयबद्ध होऊन, प्रेम आणि तालासहित एकाच पातळीत राहून आपले स्वरूप बदलत राहतात. ते सगळ्या बिरूदांपासून मुक्त आहेत. त्यांच्याबाबत कोणतेही ठाम असे विधान करता येत नाही. अशा मूळ शिवरूपी ईश्वराला आणि देवी शक्तीला मी वंदन करतो.

संत ज्ञानेश्वरांच्या म्हणण्याचे तात्पर्य असे, की विश्वात सर्वत्र केवळ ईश्वरच भरून राहिला आहे, त्याच्याशिवाय अन्य क़ोणी नाहीच. त्याची दडलेली अवस्था म्हणजे शिव आणि प्रकृती यांच्या रूपाने प्रकट झालेली अवस्था म्हणजे शक्ती म्हटली जाते. ईश्वराचा एकाचे दोन आणि पुन्हा दोनातून एक होण्याचा हा खेळ सुनियोजितपणे, सुंदर रीतीने अखंड चालला आहे.

जयां येक सत्तेचें बैसणें। दोघां येका प्रकाशाचें लेणें।
जें अनादि येकपणें। नांदती दोघें।।
भेदु लाजौनि आवडी। येकरसीं देत बुडी।
जो भोगणया ठाव काढी। द्वैताचा जेथें।।

भावार्थ : शिव आणि शक्ती दोघेही एकाच सिंहासनावर आरूढ आहेत. दोघेही एकाच दिव्य प्रकाशाच्या आभूषणांनी सजलेले आहेत. दोघेही अनादी कालापासून एकच होते आणि राहिले आहेत. प्रत्यक्ष भेद जेव्हा त्यांच्यातील भेद शोधायला गेला, तेव्हा तोही लाजेने चूर झाला आणि त्यांच्या एकरसातच विलीन होऊन गेला. त्यांच्या जवळ गेल्याने (स्वानुभव अथवा आत्मसाक्षात्कार प्राप्त झाल्याने) तिथे अणुमात्रही द्वैतभाव शेष राहिला नाही.

सांगण्याचे तात्पर्य असे, की साधक जेव्हा चेतनेच्या सर्वोच्च पातळीवर पोहोचतो, तेव्हा त्याला अनुभवाने जाणवते, की 'हे जग, निसर्ग आणि त्यांचा निर्माता शिव (ईश्वर) हे दोन वेगळे नसून एकच तत्त्व आहे. ईश्वर स्वतःच शक्तीच्या आणि सृष्टीच्या रूपात प्रकट झाला आहे.' शिव आणि शक्ती या दोघांत कोणताही भेद नाही; हे सत्य साधारण चर्मचक्षूंनी पाहता येत नाही आणि बुद्धीनेही त्याचे आकलन होत नाही. मनुष्यात पूर्ण क्षमता निर्माण झाल्यानंतर केवळ जाणिवेनेच या सत्याची अनुभूती घेता येऊ शकते. या भेदाचे आकलन होते, अनुभूती येते.

जेणे देवें संपूर्ण देवी। जियेंविण कांहीना तो गोसावी।
किं बहुना एकोपजीवी। एक एकांची।।

भावार्थ : वास्तविक शिवामुळेच शक्तीचे (पार्वतीचे) अस्तित्व आहे आणि शक्ती (प्रकृती, माया)शिवाय शिव (चैतन्य) काहीच नाही. दोघे मिळून एकरूप आहेत आणि एकच जीवन जगत आहेत.

ईश्वर अद्वैतात एकटाच आपला अनुभव करू शकत नव्हता. म्हणून त्याने ही सृष्टी निर्माण केली आणि मग अनेक रूपांत प्रकट होऊन या सृष्टीच्याच माध्यमातून तो आपल्या गुणांचा अनुभव करू लागला. म्हणूनच शिव आणि शक्ती एकमेकांशिवाय काहीच नाहीत.

जो हा ठावो मंदरूपें। उवायिलेपणेंचि हारपे।
तो झाला जियेचेनि पडिपे। विश्वरूप।।

भावार्थ : शिव आपल्या मूळ स्वरूपात इतका मंद, निष्क्रिय आणि सूक्ष्म आहे, की तो संपूर्ण सृष्टीत विस्तारलेला असूनही सुप्तावस्थेत असतो. तो शक्तीच्या (मायेच्या) साहाय्याने संपूर्ण विश्वात व्यापक होऊन जातो.

राति आणि दिवो। पातलीं सूर्याचा ठावो।
तैसीं आपुला साचि वावो। दोघेंही जियें।।

भावार्थ : ज्या प्रकारे सूर्याजवळ दिवस आणि रात्र होऊ शकत नाहीत; वेगळे - स्वतंत्र असू शकत नाहीत, कारण तिथे प्रकाश कायमस्वरूपी स्थायी रूपात असतो; त्याच प्रकारे मूलतत्त्व, ब्रह्माजवळ (ईश्वराजवळ) त्याच्या शिव (अप्रकट अवस्था) आणि शक्ती (प्रकट अवस्था) या अवस्था वेगळ्या– स्वतंत्र राहू शकत नाहीत; त्या एकमेकांत विलीन होऊन जातात, एकरूप होतात.

अध्याय २२

गुरुवंदना

अमृतानुभव ३

*अमृतानुभव*च्या दुसऱ्या अध्यायात संत ज्ञानेश्वरांनी साधकांना सद्‌गुरूंचा महिमा सांगितला आहे. ते म्हणतात, की 'मनुष्य मायारूपी सागरात कितीही खोलवर बुडालेला असला, तरी तो तरला जाऊ शकतो. ज्ञानी सद्‌गुरूंच्या साहाय्याने हा भवसागर पार करू शकतो. या अध्यायात त्यांनी आपले गुरू निवृत्तिनाथांना वंदन करून त्यांनी केलेल्या कृपेची वाखाणणी, स्तुती केली आहे. आणि त्याचबरोबर हेही स्पष्ट केले आहे, की वास्तवात गुरू आणि शिष्य दोन (द्वैत) नसून ते एकच (अद्वैत) आहेत. आणि तेच गुरू आणि शिष्य या दोघांचीही भूमिका बजावत आहेत. यातील पुढील काही ओव्यांचा भावार्थ आपण समजून घेऊ या.

अविद्येचे आडवे। भुंजीत जीवपणाचे भवे।
तया चैतन्याचे धांवे। कारुण्यें जो कीं।।

भावार्थ : माया आणि अज्ञानरूपी घनघोर जंगलात मनुष्यप्राणी दिशाहीन होऊन भटकत आहे, शिवाय त्याला या वास्तवाची जाणही नाही. अशा स्थितीत केवळ सद्‌गुरूच असे आहेत, जे प्रेम आणि करुणेने त्याच्या समोरील अज्ञानाचा पडदा दूर करून त्याला परम चैतन्याची ओळख प्राप्त करून देण्यासाठी तत्परता दाखवतात, त्यासाठीच त्याच्या जीवनात त्वरेने पदार्पण करतात.

सत्याचे ज्ञान प्राप्त झालेलं नसेल तर मनुष्याच्या चेतनेचा स्तर एखाद्या जड

वस्तुसमान किंवा पाषाणासमानच समजला पाहिजे. सद्गुरू, जे स्वतः ज्ञानाने प्रकाशित असून त्यांना कोणाच्याही मागे धावण्याची गरज नसते. कारण ते तर आधीपासूनच परमानंदात स्थापित झालेले असतात; परंतु तरीसुद्धा केवळ प्रेम आणि करुणा यामुळेच ते मनुष्याला जागृत करण्याचा प्रयत्न करत असतात, जेणेकरून त्यानेही आपल्या वास्तव स्वरूपाशी, चैतन्याशी परिचित व्हावे, एकरूप व्हावे.

जो भेटलियाचि सवे। पुरति उपायांचे धांवे।
प्रवृत्ति-गंगा स्थिरावे। सागरीं जिये।।

भावार्थ : मनुष्य आयुष्यभर वेगवेगळ्या गोष्टी प्राप्त करण्यासाठी सतत काही ना काही खटपट करत राहतो, योजना आखतो, उलटसुलट व्यवहार करतो... पण गुरू ती ध्येयपूर्ती आहेत, ज्यांचे आगमन जीवनात होताच सगळी प्रयोजने आपोआप बंद होतात. कारण शिष्याची प्रवृत्तीरूपी गंगा गुरूरूपी सागरात विलीन होते.

मनुष्याचे संस्कार, त्याच्या वृत्ती-प्रवृत्ती त्याला रात्रंदिवस वेगवेगळ्या गोष्टींमागे धावायला प्रवृत्त करतात. परंतु गुरूंचे जीवनात पदार्पण झाल्यानंतर त्याला समजते, की 'मुळात तो कर्ता नाहीच.' शिवाय त्याच्या आयुष्यात जे काही घडत आहे ते सगळं स्वचलित, स्वघटित आहे, घडणाऱ्या घटनांचाच एक भाग आहे. म्हणून तो कुठल्याही गोष्टीशी आसक्त होत नाही. त्याला न काही प्राप्त करण्याची लालसा उरते, न काही हरवण्याचे भय. पूर्ण आनंदाने आणि उत्साहाने गुरूच्या आज्ञेत राहून तो आपले नैमित्तिक कर्तव्ये पार पाडत पुढे जात असतो. अशा प्रकारे हळूहळू तो आपल्या आंतरिक गुरूंमध्ये (स्रोत, सेल्फ अथवा ईश्वर) स्थिर होतो. याचाच अर्थ, त्याला स्वानुभव अथवा आत्मसाक्षात्कार प्राप्त होतो.

एकपण नव्हे सुसास। म्हणोन गुरु-शिष्यांचें करोनि मिस।
पाहणेंचि आपली वास। पाहतसे।।

भावार्थ : गुरूंना केवळ आपले स्वतःचे एकच रूप भावत नाही. म्हणून ते गुरू आणि शिष्य या दोन्ही रूपांत प्रकट होतात आणि परस्परांमध्ये आपले दर्शन घेतात.

(या ओवीत आपण संत ज्ञानेश्वरांची 'स्वबोधाची' आत्मसाक्षात्काराची अवस्था सहजतया जाणू शकतो. ते आपले गुरू निवृत्तिनाथांमध्ये आणि स्वतःमध्येही, तेच एक मूळ तत्त्व (परम चैतन्य, आंतरिक गुरू) बघत होते. वास्तवात संपूर्ण सृष्टीत मूळ एकच तत्त्व विराजमान आहे, हे बघण्याची दृष्टी त्यांना प्राप्त झाली होती. त्यानुसार ईश्वरानेच स्वतःचा अनुभव करण्यासाठी गुरू-शिष्याचा हा खेळ रचला आहे.)

नाहीं जे जळीं बुडिले। तै घनवटें जेणें तरिजे।
जेणें तरलियाहि नुरिजे। कवणिये ठाईं।।

भावार्थ : प्रत्यक्षात जे अस्तित्वात नाहीच अशा पाण्यात म्हणजे मायारूपी भवसागरात शिष्य बुडत असताना, लाकूड किंवा नावेसारखी तरंगणारी वस्तू बनून गुरू येतात आणि शिष्याला आधार देऊन पैलतीरी पोहोचवतात. त्यानंतर ते दोन राहत नाहीत, एकच होतात. त्यांच्यातील द्वैत संपून ते अद्वैत बनतात. (खरे तर मायेला अस्तित्वच नाही. तो तर केवळ एक भ्रमच आहे; परंतु सत्याचे ज्ञान नसेल, तर ती खरी वाटते. म्हणून संत ज्ञानेश्वर म्हणतात, की 'ज्यात शिष्य बुडतो आहे ते मायारूपी जल अस्तित्वातच नाही. गुरू आपल्या उपदेशाने आणि कृपेद्वारे शिष्याला मायेच्या आणि ईश्वराच्या परम सत्याचा बोध करून देतात, त्याला 'स्व'चा परिचय घडवतात. 'स्व'शी परिचित झाल्यानंतर शिष्याचा ईश्वराहून वेगळेपणाचा भाव नष्ट होतो. मग गुरूदेखील तेच तत्त्व आहे, जे तो स्वतः आहे, हे शिष्य जाणतो.)

राती नुरेचि सूर्या। नातरी लवण पाणिया।
नुरे जेवी चेइलिया। नींद जैसी।।
कापुराचे थळीव। नुरेचि आगीची बरव।
नुरेचि रूप नांव। तैसें यया।।

भावार्थ : ज्याप्रमाणे सूर्योदय झाल्यानंतर काळोख नाहीसा होतो, पाण्यात टाकल्यानंतर मीठ विरघळून जाते, जाग आल्यानंतर झोप राहत नाही, कापराची वेगवेगळ्या नामरूपाची आभूषणे अग्नीजवळ जाताच भस्म होतात, अग्नीत विलीन

होऊन जातात, त्याचप्रमाणे सद्गुरूंजवळ गेल्यावर शिष्याचा 'मी','अहंभाव' गुरूपासून वेगळे असल्याचा भाव समाप्त होतो. मग त्याला ते दोघेही एकच (ईश्वररूप) असल्याचे दिसू लागतं.

शिवशिवा सद्गुरु। तुजला गूढा काय करूं?।
येकाहि निर्धारा धरूं। देतासि कां?।।

भावार्थ : हे शिव, आणि शिवारूपी (निराकार चैतन्य आणि साकार प्रकृतिस्वरूप) सद्गुरू, मी आपल्या गूढ स्वरूपाविषयी काय निश्चित करू? आपल्याविषयी कोणतीही एकच गोष्ट निश्चित होऊ शकत नाही. (संत ज्ञानेश्वर त्यांचे गुरू निवृत्तिनाथांचे बाह्य साकार स्वरूपही बघत आहेत आणि त्यांचे वास्तवात असलेले निराकार स्वरूपदेखील (चैतन्यदेखील) अनुभवाने जाणत आहेत. म्हणून ते म्हणतात, तुमच्या स्वरूपाचे वर्णन कोणत्याही एका पद्धतीने करता येत नाही.)

गुणा तेलाचिया सोयरिका। निर्वाहिली दीपकळिका।
ते का होईल पुळिका। कापुराचिया।।
तया दोहों परस्परें। होय ना जंव मेळहैरें।
तंव दोहीचेंही सरे। सरिसेंचि।।
तेविं देखेना कायी ययातें। तंव गेलें वंद्य वंदितें।
चेइलिया कांतें। स्वप्नींचें जेवीं।।

भावार्थ : संत ज्ञानेश्वर, गुरूंना तेलाच्या दिव्यातील स्थायी ज्योत आणि शिष्याला कापराची क्षणिक ज्योत समजून म्हणतात,'तेलाच्या दिव्याची तुलना कापराच्या ज्योतीशी होऊच शकत नाही. कारण ही ज्योत दुसऱ्या ज्योतीजवळ गेल्याने विझत नाही, तर त्या विझलेल्या दिव्यालाही प्रज्वलित करते; पण कापूर मात्र ज्योतीजवळ जाताच भस्मसात होतो, त्याचा थोडाही अवशेष शिल्लक राहत नाही.'

अशा प्रकारे गुरूंच्या वास्तव स्वरूपाचे दर्शन होताच माझ्या अंतर्यामीचा गुरूंना आणि स्वत:ला वेगळे पाहणारा द्वैतभाव स्वप्नाप्रमाणे नाहीसा झाला. गुरूंना वंदन करणारा मी आणि माझे पूजनीय गुरू दोघांचे वेगळे अस्तित्व संपून ते मूळ स्वरूपात विलीन झाले, एक झाले. हे तर असेच झाले, जसे स्वप्नात दिसणारे दोन लोक जागृतीनंतर डोळे उघडताच गायब झाले.

कां सुवर्ण आणि लेणें। वसतें येकें सुवर्णें।
वसतें चंद्र चांदणें। चंद्रींचि जेवीं।।
म्हणौनि शिष्य आणि गुरुनाथु। या दोहों शब्दांचा अर्थु।
श्रीगुरुचि परी होतु। दोहों ठायीं।।

भावार्थ : जसे, सोने आणि सोन्याने बनवलेली आभूषणे वास्तवात सोनेच असतात, पण त्यांना वेगवेगळ्या नावांनी संबोधले जाते. चंद्राचा आणि चांदण्याचा प्रकाशही एकच आहे, पण त्यांना वेगवेगळ्या नावांनी संबोधले जाते, तसेच शिष्य ज्ञानदेव आणि गुरू निवृत्तिनाथ हे दोन वेगळे शब्द ऐकू येतात. परंतु यांचा अर्थ मात्र एकच आहे. दोन्ही शरीरांत गुरूंचेच म्हणजे चैतन्याचेच वास्तव्य आहे. म्हणजेच गुरू आणि शिष्य मूळ रूपात एकच आहेत.

निवृत्ति जया नांव। निवृत्ति जया बरव।
जया निवृत्तीची राणीव। निवृत्तिचि।।
वांचोनि प्रवृत्तिविरोधें। कां निवृत्तीचेंनि बोधें।
आणिजे तैसा वादें। निवृत्ति नव्हे।।

भावार्थ : ज्याचे नाव निवृत्ती आहे, तोच सर्वोच्च आहे, तोच निवृत्ती असूनही तो राजाही आहे आणि तोच राज्यही आहे. तोच सर्वत्र असूनही तो स्वभावाने निवृत्त आहे, तसेच प्रत्येक गोष्टीपासून तो अलिप्त आहे. आपल्या सहजप्रवृत्तींचा विरोध केल्याशिवाय निवृत्तीचा (ईश्वराचा) बोध प्राप्त केला जाऊ शकतो. कुठल्याही शास्त्रार्थात गुंतल्याशिवाय, वादविवाद केल्याशिवाय, केवळ ज्ञानाच्या मोठमोठ्या कोरड्या गोष्टी न करताही निवृत्तीचा बोध होऊ शकतो.

(इथे संत ज्ञानेश्वर गुरू निवृत्तिनाथांना शरीर समजून बोलत नाहीत, तर ते त्या परम चैतन्यालाच निवृत्ती असे संबोधत आहेत. जे निवृत्तिनाथांच्याही अंतर्बाह्य व्यापलेले आहे. ज्ञानेश्वर म्हणतात, की ईश्वराच्या त्या मूलतत्त्वाला विविध धर्मग्रंथांवर वादविवाद करून अथवा मानवी मूळ स्वभावास, प्रवृत्तींना हट्टाने विरोध करून ईश्वरप्राप्ती होऊ शकत नाही, तर त्याला केवळ ज्ञानाने आणि भक्तीनेच प्राप्त केले जाऊ शकते.)

अध्याय २३

चांगदेव पासष्टी
भेटी लागी जीवा... ईश्वराची ईश्वराशी भेट

पहिल्या खंडातील तेराव्या अध्यायात आपण चांगदेवांची कथा वाचली आहे. चांगदेव एक महान सिद्धयोगी होते. त्यांनी संत ज्ञानेश्वरांची कीर्ती ऐकून ज्ञानेश्वरांना एक कोरे पत्र पाठवले होते. संत ज्ञानेश्वरांनी त्याच कोऱ्या कागदावर उच्च आध्यात्मिक ज्ञानाने ओथंबलेल्या पासष्ट ओव्या लिहून ते पत्र चांगदेवांना परत पाठवले. हे पत्र *चांगदेव पासष्टी* या नावाने प्रसिद्ध आहे. या पत्रातून ज्ञानेश्वरांनी चांगदेवांना त्यांच्या खऱ्या स्वरूपाचा (आत्मरूपाचा, ईश्वराचा) बोध केला आहे.

हे पत्र वाचताच चांगदेवांना संत ज्ञानेश्वरांच्या उच्च आध्यात्मिक अवस्थेचा अंदाज आला आणि ते ज्ञानेश्वरांची भेट घेण्यासाठी निघाले. या भेटीचा परिणाम मोठा विलक्षण होता. ज्ञानेश्वरांच्या या भेटीनंतर, हजारो शिष्यांचे गुरू असलेले परमयोगी चांगदेव संत ज्ञानेश्वरांचे परमभक्त, समर्पित शिष्य आणि सेवक बनले.

प्रस्तुत अध्यायात *चांगदेव पासष्टी* या दुर्मीळ पत्रातल्या काही ओव्या त्यांच्या भावार्थासह संकलित केल्या आहेत. या ओव्यांचा आणि त्यांतील गूढ भावार्थाचा आनंद आता आपण घेऊ या.

स्वस्ति श्री वटेशु। जो लपोनि जगदाभासु।
दावी मग ग्रासु। प्रगटला करी।।

भावार्थ : हे वटेशु (चांगदेव), आपले कल्याण असो. ईश्वर स्वतः अदृश्य असूनही या आभासी जगताचे दृश्य तोच आपल्यासमोर प्रकट करतो; पण ईश्वराच्या वास्तव स्वरूपाचे दर्शन घडताच संसाराचा हा मिथ्या आभास आपोआप समाप्त होतो. (प्रस्तुत ओवीत संत ज्ञानेश्वरांनी चांगदेवांना संबोधित करताना 'वटेशु' हा शब्दप्रयोग केला आहे. वटेशु म्हणजे 'शिव'. याचाच अर्थ, संत ज्ञानेश्वर चांगदेवांकडे भेदात्मक दृष्टिकोनातून पाहत नसून एकत्वभावानेच पाहत आहेत. त्यांना चांगदेवांतही सर्वव्यापी, असीम अशा शिवतत्त्वाचे (सेल्फचे, परम चैतन्याचे) दर्शन घडत आहे. म्हणूनच ते चांगदेवांना समजावताना म्हणतात, की जी दृष्टी प्रत्येकात शिव (परम चैतन्य, सेल्फ, ईश्वर) पाहते, तिला संसारात सर्वत्र एकत्वाचाच अनुभव होतो, त्या दृष्टीला ईश्वराहून वेगळे असे काहीच दिसत नाही. जणू तिच्यासाठी संसार गायब, विलीन झालेला असतो.

या दृष्टीने पाहिल्यास, संत ज्ञानेश्वर आणि चांगदेव हे वेगवेगळे नसून एकच आहेत. त्यांच्यात कोणताही भेद नाही.)

म्हणोनि अविद्यानिमित्तें। दृश्य द्रष्टत्व वर्तें।
तें मी नेणें आइते। ऐसेंचि असे।।

भावार्थ : हे चांगदेव, केवळ अविद्येमुळे (अज्ञानास्तव) आपणास द्रष्टा आणि दृश्य ही दोन वेगवेगळी तत्त्वे भासत आहेत. पण, माझ्याजवळ असा द्वैतभाव मुळीच नाही; म्हणूनच माझ्यासाठी 'द्रष्टा' आणि 'दृश्य' दोन्ही एकच आहेत!

(अज्ञानवश चांगदेव स्वतःला संत ज्ञानेश्वरांहून वेगळे मानून व्यवहार करत आहेत. त्यांचे हेच अज्ञान मिटवण्यासाठी संत ज्ञानेश्वर त्यांना समजावून सांगत आहेत, की मी तुमच्यात आणि माझ्यात असा कोणताही भेद पाहत नाही.)

जेंवी नाममात्र लुगडें। येर्हवीं सुतचि तें उघडें।
कां माती मृद्भांडें। जयापरी।।
तेंवी द्रष्टा दृश्य दशे। अतीत द्रईण्मात्र जें असे।
तेंचि द्रष्टादृश्यमिसें। केवळ होय।।

भावार्थ : सुताच्या धाग्यांनी लुगडे तयार होते; पण मूळ रूपात ते 'सूत'च असते. मातीचे भांडे मूळ रूपात मातीच असते. अगदी त्याचप्रमाणे पाहणारा (मी) आणि ज्यांना मी पाहतोय ते तुम्ही (इतर लोक) हे मुळात एकच ईश्वर (सेल्फ, परम चैतन्य) आहेत.

यालागीं मौनेंचि बोलिजे। कांहीं नहोनि सर्व होईजे।
नव्हतां लाहिजे। कांहीच नाहीं।।

भावार्थ : त्याला (परमेश्वराला) शब्दांनी नाही, तर केवळ मौनानेच अनुभवले जाऊ शकते. तो काहीही नसताही सर्व काही असतो. परम चैतन्याला (सेल्फ, ईश्वर) केवळ अनुभवानेच जाणता येते. जिथे 'अनुभवकर्ता','ज्याचा अनुभव करायचाय ते परमतत्त्व' आणि स्वतः 'अनुभव', या तिन्ही गोष्टी एकाकार होतात. वास्तवात ती अवस्था म्हणजेच मौन असते. या मौनावस्थेत काहीही नसतं; पण तरीही सर्व काही असते.)

तया पुत्र तूं वटेश्वराचा। रवा जैसा कापुराचा।
चांगया मज तुज आपणयाचा। बोल ऐके।।

भावार्थ : हे चांगदेवा, ऐक! तू वटेश्वराचा (शिवाचा, सेल्फचा) पुत्र आहेस. अर्थात तू त्याचेच रूप आहेस. ज्याप्रमाणे कापराचा कणही कापूरच असतो; त्याचप्रमाणे तू आणि मी त्या ईश्वराचीच रूपे आहोत. आपण दोघे भिन्न नसून एकच (सेल्फ, परम चैतन्य) आहोत.

ज्ञानदेव म्हणे। तुज माझा बोल ऐकणें।
ते तळहाता तळीं मिठी देणें। जयापरि।।
बोलेंचि बोल ऐकिजे। स्वादेंचि स्वाद चाखिजे।
कां उजिवडे देखिजे। उजिडा जेंवि।।

भावार्थ : हे चांगदेवा, मी सांगितलेल्या ज्ञानाच्या गोष्टी अशा प्रकारे ग्रहण कर, जणू दोन्ही हातांचे तळवे परस्परांशी जुळून ते एकच बनले आहेत; शब्दच

शब्दांना ऐकत आहेत, स्वादच स्वादाचा आस्वाद घेतो आहे अन् प्रकाशच प्रकाशाला पाहतोय. अर्थात, स्वानुभवावर स्थापित होऊन,'तू-मी' हा द्वैतभाव मिटवून, स्वतः 'ज्ञानस्वरूप' बनूनच हे ज्ञान ग्रहण कर.

सोनिया वरकल सोनें जैसा। कां मुख मुखा हो आरिसा।
मज तुज संवाद तैसा। चक्रपाणि।।

भावार्थ : हे चक्रपाणी चांगदेव, ज्याप्रमाणे सोन्याचे आवरण बनून सोनेच सोन्याला झाकते; आरशात चेहरा स्वतःचेच दर्शन करतो; अगदी त्याचप्रमाणे तुझी आणि माझी एकत्वाची अवस्था समजून माझी वचने ऐक. (तात्पर्य, तू (ऐकणारा श्रोता) आणि मी (ऐकवणारा) आपण 'दोन' नसून एकच आहोत; या एकत्वाच्या भावनेनेच ज्ञान ग्रहण कर. कारण तुझ्या-माझ्यात कोणतेच अंतर नाही.)

सखया तुझेनि उद्देशें। भेटावया जीव उल्हासे।
कीं सिद्धभेटी विसकुसे। ऐशिया बिहे।।
भेवों पाहे तुझें दर्शन। तंव रूपा येनों पाहे मन।
तेथें दर्शना होय अवजतन। ऐसें गमों लागे।।

भावार्थ : हे सख्या चांगदेवा, तुला भेटण्यासाठी माझे मन उल्हसित झाले आहे; पण त्याच वेळी मनात शंका आणि भीतीही आहे. कारण मी तुला (आपल्यातील वास्तविक ईश्वररूपाला) पाहू इच्छितो; पण तुझे दर्शन घेताना माझे मन त्याच्या आड येईल की काय, अशी भीती वाटते. (या ओवीत एक अत्यंत महत्त्वपूर्ण गोष्ट सांगितली आहे. भेटीच्या वेळी संत ज्ञानेश्वर चांगदेवांना अद्वैत भावाने पाहू इच्छितात. अर्थात, चांगदेव नामक एक व्यक्ती म्हणून नव्हे; तर त्याच्यातील सर्वव्यापी ईश्वराचे दर्शन ते करू इच्छितात. पण त्याच वेळी ते शंका वर्तवतात, की त्यांचे मन त्याच्या आड येऊन द्वैतभाव तर निर्माण होणार नाही ना? चांगदेव आणि ज्ञानेश्वर हे परस्परांपासून भिन्न असल्याचा भाव तर मनात निर्माण होणार नाही ना? असे घडल्यास ते चांगदेवांचे वास्तविक रूप (असीम, अनंत रूप) पाहू शकणार नाहीत. कारण जिथे मन उपस्थित होते, तिथे स्वानुभव राहू

शकत नाही, अद्वैत राहू शकत नाही. तिथे द्वैतभाव असतो आणि अद्वैत दृष्टी बाळगण्यासाठी 'मी-माझे-तू-तुझे' असा भेद करणारे मन विलीन होणे आवश्यक असतं.)

लवण पाणियाचा थावो। माजि रिघोनि गेलें पाहो।
तंव तेंचि नाहीं मा काय घेवो। माप जळा।।
तैसें तुज आत्मयातें पाही। देखो गेलिया मीचि नाहीं।
तेथें तून्कैचा काई। कल्पावया जोगा।।

भावार्थ : 'मी पाण्याची खोली मोजेन' या विचाराने जर मिठाचा पुतळा पाण्यात उतरला तर काय होईल? पाण्यात उतरताच तो त्यात विरघळून जाईल. त्याचे वेगळे अस्तित्व राहणारच नाही. अगदी त्याचप्रमाणे, एखादा मनुष्य स्वतःला ईश्वराहून वेगळा समजत 'ईश्वरशोध' घेऊ लागला, तर तो आपोआप विलीन होईल. कारण ईश्वर म्हणजे एकच तत्त्व, ज्यात 'मी तुझ्याहून वेगळा' ही केवळ एक भ्रामक कल्पना असते.)

डोळ्याचे भूमिके। डोळा चित्र होय कौतुकें।
आणि तेणेंचि तो देखे। न डंडळितां।।
तैसी उपजतां गोष्टी। न फुटतां दृष्टि।
मीतूंवीण भेटी। माझी तुझी।।

भावार्थ : डोळ्यांसमोर अनेकानेक भिन्न दृश्ये तयार होत असतात; पण ती सर्व दृश्ये पाहणारे डोळे मात्र तेच असतात (इथे डोळ्यांना 'सेल्फ' म्हणजे ईश्वराची उपमा दिली आहे.) त्यात कणमात्रही फरक पडत नाही; तुझ्या-माझ्या भेटीची गोष्टही अगदी तशीच आहे. अज्ञानाची झापड आपल्या दृष्टीवर आलेली नसेल, तर या भेटीत कोणीही 'तू' अथवा 'मी' असणार नाही, हे जाण. म्हणजेच ही चांगदेव आणि ज्ञानेश्वर यांची भेट नसून साक्षात ईश्वराचीच ईश्वराशी झालेली भेट असेल.

आतां मी तूं या उपाधी। ग्रासूनि भेटी नुसधी।
ते भोगिली अनुवादीं। घोळघोळू।।

भावार्थ : आपली भेट म्हणजे 'मी' आणि 'तू' यांची भेट वाटेल; पण ती या भेदापलीकडचे मीलन असेल. 'मी' आणि 'तू' या दोन्ही संबोधनांना मी नष्ट केले आहे. आणि समत्व भावानेच (अद्वैतदृष्टीने - जिथे 'मी','तू' असे वेगळे काही नसतेच, जिथे सारे काही 'एक'च होऊन राहिलेले असते.) या भेटीचे वर्णन करत आहे. शिवाय, याच एकतत्त्व भावात राहून या भेटीचा आनंद घेत आहे.

इयेचें करुनि व्याज। तूं आपणयातें बुझ।
दीप दीपपणें पाहे निज। आपुलें जैसें।।

भावार्थ : ज्याप्रमाणे प्रज्वलित दीप आपल्या स्वयंप्रकाशानेच प्रकाशित होतो, त्याचप्रमाणे मी लिहिलेल्या पत्रातले ज्ञान समजून घेत तूही तुझ्या खऱ्या स्वरूपाला जाणून घे. तूदेखील तेच एकतत्त्व– परमतत्त्व हो!

अध्याय २४

भक्तिरसात ओथंबलेले अभंग

गुरू आणि नामसंकीर्तन

ज्ञानेश्वरी आणि *अमृतानुभव* या दोन महान ग्रंथांव्यतिरिक्त संत ज्ञानेश्वरांनी अनेक अभंग व भजने रचली. प्रस्तुत अध्यायात ज्ञान, गुरुभक्ती आणि ईश्वरभक्ती यांवर आधारित काही अभंग त्यांच्या भावार्थासह संकलित केले आहेत.

आता आपण भक्तिरसात ओथंबलेले काही अभंग जाणून घेऊ या.

एका नामस्मरणाचा महिमा

एक तत्त्व नाम दृढ धरी मना हरी सी करुणा येईल तुझी।।
ते नाम सोपे रे रामकृष्ण गोविंद वाचेशी सद्‌गद जपा आधी।।
नामापरते तत्त्व नाही रे अन्यथा वाया आणिक पंथा जाशी झणीं।।
ज्ञानदेव नाम जपमाळ अंतरी धरोनि श्रीहरी जपे सदा।।

भावार्थ : संत ज्ञानेश्वर म्हणतात, नाम हे एकच तत्त्व मनात दृढतेने धारण करा; दृढ भावनेने नामस्मरण केल्यास ईश्वराला तुमच्यावर निश्चितच करुणा येईल. त्याचे नाव खूपच साधे, सरळ आहे- राम, कृष्ण, गोविंद! या नामाचा पूर्ण भावाने सद्‌गदित होऊन जाप करा. कारण नामाहून भिन्न असे कोणतेच तत्त्व नाही. हा मार्ग सोडून इतर मार्गांवर व्यर्थ भटकण्यात काही अर्थ नाही. ज्ञानदेवही आपल्या अंतर्यामी परम चैतन्याची (मौनाची) जपमाळ अखंड ओढत आहेत,

ज्यामुळे त्याच्या अंतरंगात हरिनामाचा जाप निरंतर सुरू आहे.

सर्वसामान्यांची आध्यात्मिक प्रगती व्हावी, या उद्देशाने संत ज्ञानेश्वरांनी प्रस्तुत अभंगाची रचना केली आहे. कारण त्यांना माहीत होते, की सुमार बुद्धीचा सामान्य मनुष्य योग, ज्ञान आणि निराकार तत्त्वाच्या चर्वितचर्वणात गोंधळून जाऊ शकतो. याऐवजी त्याने परम चैतन्याला एका विशिष्ट आकारात स्वीकारले, त्याच्या नामाचा भावविभोर होऊन जप केला, त्याची सगुण उपासना व भक्ती केली, तर त्यालाही योगिजनांप्रमाणे, ज्ञानीजनांप्रमाणे 'परम अनुभव' प्राप्त होऊ शकतो. कारण शुद्ध भावनेने केल्या भक्तीत अहंकार सहजच समर्पित होतो आणि असे झाल्याने हृदयात स्वानुभव प्रकाशित होतो. संत ज्ञानेश्वर आपणास समजावत आहेत, की केवळ इतरांचे अंधानुकरण करून विविध मार्गांकडे आकर्षित व्हायची काहीही गरज नाही, कारण सर्व मार्गांचे अंतिम ध्येय एकच (मोक्ष) आहे. आणि हे परमध्येय सहज सोप्या अशा नामस्मरणाच्या मार्गानेसुद्धा साध्य होऊ शकतं.

अशक्य ते शक्य करतात गुरू

दैव करी तरी काय न होई। दगडाचिये नई तरिजेल।।
सूर्यकिरणावरी मुंगियाच्या हारी। अग्निचे पाठरी पीक होय।।
फुटतील पाय चालतील भिंती। मेरु मशक येती समतुका।।
ज्ञानदेव म्हणे अघटित घडे। गुरुकृपे जोडे परब्रह्म।।

भावार्थ : ईश्वरासाठी अशक्य काय असते? ईश्वरकृपेने नदीतील पाण्यावर पाषाण तरंगू शकतात... सूर्याच्या किरणांवर मुंग्या चालू शकतात... अग्नीच्या पठारांवर धान्य उगवू शकते... भिंतींनाही पाय फुटून त्या चालू शकतात... विशालकाय पर्वत आणि छोटा डासही एकसमान ठरू शकतात...

ज्ञानदेव म्हणतात,'ईश्वरकृपेनं या सृष्टीत काहीही अशक्य नाही, सर्व काही शक्य होऊ शकतं; पण गुरुकृपेनं परब्रह्मप्राप्ती शक्य होऊ शकते.'

या अभंगातून हे स्पष्ट होते की, संत ज्ञानेश्वरांच्या नजरेत गुरूंचे स्थान किती महत्त्वाचे आहे आणि त्यांना गुरुकृपेची किती जाणीव आहे. त्याचबरोबर मनुष्य जीवनाचे परमध्येय परब्रह्म (स्वअनुभव) यांच्याप्रति ज्ञानेश्वर किती जागरूक आहेत, याचीही प्रचिती प्रस्तुत अभंगातून येते. यासाठीच त्यांनी

सृष्टीत घडू शकणाऱ्या अशक्यक्याहून अशक्य घटनांपेक्षाही गुरुकृपेने प्राप्त होणारा 'स्वानुभव' अधिक श्रेष्ठ असल्याचे म्हटले आहे. ते म्हणतात,'गुरू ते अशक्यप्राय कार्यही सहजशक्य करू शकतात, जे देवताही करू शकत नाहीत.'

अमृताहूनी गोड नाम तुझे...

भावेवीण भक्ति भक्तिवीण मुक्ति बळेवीण शक्ति बोलू नये।।
कैसेनि दैवत प्रसन्न त्वरित उगा राहे निवांत शिणसी वायां।।
सायासे करीसी प्रपंच दिनदिशी हरीसी न भजसी कोण्या गुणे।।
ज्ञानदेव म्हणे हरिजप करणे तुटेल धरणे प्रपंचाचे।।

भावार्थ : शुद्ध भाव असल्याशिवाय भक्ती, भक्तीशिवाय मुक्ती आणि बलाशिवाय शक्ती प्राप्त होऊच शकत नाही. हरी ही अशी देवता आहे, जी सहजतया प्रसन्न होते. म्हणून तिला प्रसन्न करून घेण्यासाठी व्यर्थ खटाटोप करण्यापेक्षा मौन साधून भक्ती करा. इतका सरळ-सोपा मार्ग उपलब्ध असतानाही हरिप्राप्तीसाठी दिवसरात्र व्यर्थ का परिश्रम करता? भक्तिभावाने त्याचे भजन का नाही करत? ज्ञानदेव म्हणतात,'हरिनामाचा जप करून तुम्ही प्रपंचरूपी भवसागरातून सहज मुक्त व्हाल.'

वास्तविक या अभंगाद्वारे ज्ञानदेव त्या लोकांच्या डोळ्यांत अंजन घालत आहेत, जे अध्यात्माच्या नावाखाली कठीण साधना, कठोर तप करत आहेत... जे ईश्वरप्राप्तीसाठी शरीराला कष्ट देऊन मोठमोठ्या क्लिष्ट शास्त्रचर्चांमध्ये, कर्मकांडांमध्ये आणि विधींमध्ये अडकले आहेत. परिणामी, शुद्ध भक्तिभावनेपासून ते कित्येक योजने दूर आहेत. ते कठोर, दांभिक आणि ज्ञानयुक्त अहंकारी बनले आहेत; पण त्यांच्यात प्रेमपूर्ण समर्पण भावाचा, भक्तीचा अभाव आहे. अशा साधकांना ज्ञानेश्वर म्हणतात, की 'भावपूर्ण भक्तिसाधनेनं ईश्वर सहज प्राप्त होतो; पण तुम्ही हा सहजमार्ग सोडून व्यर्थ खटपटीत अडकून स्वतःला मोठे साधक समजत आहात... पण लक्षात ठेवा, की शुद्ध भावाशिवाय भक्ती आणि भक्तीशिवाय मुक्ती (स्वानुभवप्राप्ती) केवळ अशक्य आहे!'

म्हणूनच कठीण साधनेचे प्रयत्न सोडा आणि हरिभक्तीच्या साध्या, सरळ मार्गावर वाटचाल करा, यातच तुमचे कल्याण आहे.

इथे एक गोष्ट लक्षात घेतली पाहिजे, की संत ज्ञानेश्वर स्वत: एक परम सिद्ध हठयोगी होते; पण तरीही ते इथे नामजपाचा महिमा गातात. कारण नाममार्गाशिवाय अन्य मार्गांवर वाटचाल करताना योग्य गुरू न मिळाल्यास साधकाचे किती मोठे नुकसान होऊ शकते, याची ज्ञानेश्वरांना पूर्ण कल्पना होती. सिद्धींच्या मोहात अडकल्याने असे साधक खऱ्या आध्यात्मिक ध्येयाला (स्वानुभवप्राप्तीला) विसरून अहंकारी आणि पाखंडी बनण्याचा धोका ज्ञानदेव पूर्णपणे जाणून होते. चांगदेवांसोबत नेमके हेच तर घडले होते. पण भक्तिमार्गात अशा अध:पतनाची मुळीच शक्यता नसते.

अध्याय २५

स्वानुभवाचे साक्षी

अभंग आपली खरी ओळख

संत ज्ञानेश्वरांच्या अभंगांतून त्यांच्या आत्मसाक्षात्कारी अवस्थेचा सुगंध दरवळतो. हे अभंग ऐकताना-वाचताना संत ज्ञानेश्वर ज्या परमानंदात लीन होते, त्या त्यांच्या अत्युच्च आनंदावस्थेचा भास होत राहतो. ही अवस्था इतरांनाही प्राप्त व्हावी, या उद्देशाने ज्ञानेश्वर या अभंगांच्या माध्यमातून इतरांनाही प्रेरित करत आहेत. चला तर मग, भक्तिरसाने ओथंबलेल्या त्यांच्या अशाच दोन अभंगांचा आनंद लुटू या.

साधुबोध झाला नुरोनियां ठेला। ठायींच मुराला अनुभवे ।।
कापुराची वाती उजळली ज्योती। ठायीच समाप्ती झाली जैसी ।।
मोक्षरेखे आला भाग्य विनटला। साधूचा अंकिला हरिभक्त ।।
ज्ञानदेवा गोडी संगती सज्जनी। हरिदिसे जनींवनी आत्मतत्वी ।।

भावार्थ : साधुबोध (आत्मतत्त्वात स्थिर) होताच काहीच शेष राहत नाही आणि मनुष्य अनुभवात स्थिरावून शून्यावस्थेत उपस्थित असतो. जसे, कापराची वात स्वत: जळून प्रकाश देत आणि पुन्हा त्याच स्थानी विलीनही होते. तसाच मीदेखील मोक्षरेखेप्रत पोहोचलो... हे माझे सौभाग्य! साधूंनाही माझ्यातल्या अस्सल हरिभक्तीची खूण पटली. ज्ञानदेवाला सज्जनांची संगतच मधुर वाटते. आता ज्ञानदेवाला जनी-वनी सर्वत्र एकच आत्मतत्त्व, परम चैतन्य दिसू लागले आहे.

कोणाचे हे घर हा देह कोणाचा। आत्माराम त्याचा तोचि जाणे।।
मी-तू क्या है, यह विचार-विवेक शोधणे। गोविंदा माधवा याच देही।।
देही ध्याता ध्यान त्रिपुटी वेगला। सहस्र दली उगवला सूर्य जैसा।।
ज्ञानदेव म्हणे नयनाची ज्योती। या नांवे रूपे ती तुम्ही जाणा।।

भावार्थ : वास्तवात हा देह कोणाचा आहे, हे देहरूपी घर कोणाचे आहे, हे सत्य तोच जाणतो, ज्याच्या अंतर्यामी सदैव राम (स्रोत, सेल्फ, ईश्वर) स्थित असतो. 'मी कोण', 'तू कोण' आणि 'इतर लोक कोण' आहेत याविषयीचे सत्य जाणण्यासाठी विवेकपूर्ण मनन करायला हवे. गोविंद (सेल्फ) इतरत्र कुठेही नसून या देहातच आहे. तो देह, ध्याता आणि ध्यान या त्रिपुटींपासून भिन्न तत्त्व आहे... तो असा आहे जणू हजारो कमळांच्या दलात एकच सूर्य चकाकतो आहे.

ज्ञानदेव म्हणतात, ज्योतिर्मय ईश्वर तुमच्या अंतर्यामी आहे, त्याला तुम्ही स्वतःच अनुभवाने जाणा.

या दोन्ही अभंगांतून संत ज्ञानेश्वर त्यांच्या देहात प्रकाशित झालेल्या स्वानुभवाचे वर्णन करत आहेत. ते म्हणतात,'अहंकार आणि मोहमायेला बळी पडून मनुष्य स्वतःला चेतनेहून (सेल्फहून) वेगळे मानू लागतो. पण स्वानुभव प्राप्त होताच त्याची कुठलीच खूण मागे उरत नाही. स्वतःची मूळ ओळख पटताच (मी शरीर नसून ईश्वर असल्याचे पटताच) 'मी'पणा मिरवणाऱ्या अहंभावाचे आवरण नाहीसे झाले आहे आणि आता केवळ एकच तत्त्व उपस्थित आहे; ते म्हणजे 'चैतन्य'.

आता हेच चैतन्य हृदयस्थानी उपस्थित असून तेच स्वतःची अभिव्यक्ती करत आहे. शरीराच्या माध्यमातून चैतन्यच स्वतःचा अनुभव करत आहे.

संत ज्ञानेश्वर म्हणतात, अशी अवस्था प्राप्त होताच निर्जीव, सजीव, जीवजंतू, वनस्पती, निसर्गसृष्टी... सर्वत्र एकाच चैतन्याचे दर्शन घडू लागते. कोणत्याच गोष्टीचे स्वतंत्र अस्तित्व उरत नाही. तुम्ही अनुभवाने जाणू शकता, की तुम्ही स्वतः आणि ही संपूर्ण सृष्टी हे त्याच चैतन्याचे रूप आहे... सर्वत्र केवळ तेच एकमेव चैतन्य भरून उरले आहे, त्याच्याशिवाय इतर काही नाहीच... शरीराबाहेरही तेच चैतन्य आणि शरीरातही तेच! जसे, रसगुल्ल्याच्या आतही रस असतो आणि बाहेरही... विवेकपूर्ण मनन, ध्यान आणि भक्ती यांच्या माध्यमातून आपण स्वतःच्या अंतर्यामीच त्या परम चैतन्याचा शोध घेण्याचा प्रयत्न करायला हवा.

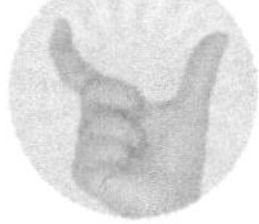

स्वीकार मंत्र मुद्रा

सरश्री : एक अल्प परिचय

सरश्रींचा आध्यात्मिक शोधाचा प्रवास त्यांच्या बालपणापासूनच सुरू झाला होता. हा शोध सुरू असताना त्यांनी अनेक प्रकारच्या पुस्तकांचा अभ्यास केला. त्याचबरोबर आपल्या आध्यात्मिक शोधात मग्न राहून त्यांनी अनेक ध्यानपद्धतींचा अभ्यास केला. त्यांच्या या शोधाने त्यांना अनेक वैचारिक आणि शैक्षणिक संस्थांमध्ये जाण्यासाठी प्रेरित केले. तरीही अंतिम सत्यापासून ते अद्याप दूरच होते.

सत्यप्राप्तीच्या शोधासाठी जास्तीतजास्त वेळ देता यावा, या तीव्र इच्छेने त्यांना, ते करत असलेले अध्यापनाचे कार्य थांबवण्यास प्रवृत्त केले. जीवनाचे रहस्य समजण्यासाठी त्यांनी बराच काळ मनन करून आपले शोधकार्य सातत्याने सुरू ठेवले. या शोधाच्या शेवटी त्यांना 'आत्मबोध' प्राप्त झाला. आत्मसाक्षात्कारानंतर त्यांना जाणवले, की अध्यात्मातील प्रत्येक मार्ग ज्या एका कडीने जोडलेला आहे, ती कडी आहे 'समज' (Understanding).

सरश्री म्हणतात, 'सत्यप्राप्तीच्या सर्व मार्गांचा आरंभ वेगवेगळ्या प्रकारे होतो, परंतु सर्वांच्या शेवटी मात्र एकच समज प्राप्त होते. ही 'समज'च सर्व काही असून, ती स्वतःच स्वतःत परिपूर्ण आहे. आध्यात्मिक ज्ञानप्राप्तीकरिता या 'समजे'चे श्रवणसुद्धा पुरेसे आहे.' हीच 'समज' प्रदान करण्यासाठी सरश्रींनी 'तेजज्ञान फाउंडेशन'ची निर्मिती केली. तेजज्ञान ही आत्मविकासातून आत्मसाक्षात्कार प्राप्त करण्याची परिपूर्ण ज्ञानप्रणाली आहे.

सरश्रींनी दोन हजारांहून अधिक प्रवचने दिली आहेत आणि ऐंशीपेक्षा जास्त पुस्तकांची रचना केली आहे. ही पुस्तके दहाहून अधिक भाषांमध्ये अनुवादित केली गेली असून पेंग्विन बुक्स, हे हाउस पब्लिशर्स, जैको बुक्स, हिंद पॉकेट बुक्स, मंजुल पब्लिशिंग हाउस, प्रभात प्रकाशन, राजपाल अ‍ॅण्ड सन्स इत्यादी प्रमुख प्रकाशन संस्थांद्वारे प्रकाशित केली गेली आहेत. सरश्रींच्या मार्गदर्शनाने लाखो लोकांच्या जीवनात परिवर्तन घडले आहे. तसेच, संपूर्ण विश्वाची चेतना वाढवण्यासाठी त्यांनी कित्येक सामाजिक कार्यांची सुरुवातही केली आहे.

तेजज्ञान फाउंडेशन परिचय

तेजज्ञान फाउंडेशन हा आत्मविकासातून आत्मसाक्षात्कार प्राप्त करण्याचा एक प्रभावी मार्ग आहे. यासाठी सरश्रींद्वारा एक अनोखी बोधप्रणाली (System for Wisdom) निर्माण करण्यात आली आहे. या प्रणालीला आंतरराष्ट्रीय प्रमाणपत्र ISO 9001:2008 चे निकष पडताळून आणि त्यांच्या सूचनांनुसार सरळ, व्यावहारिक आणि प्रभावी बनवले गेले आहे.

या संस्थेच्या प्रबोधनपद्धतीच्या भिन्नभिन्न पैलूंना (शिक्षण, निरीक्षण आणि गुणवत्ता) स्वतंत्र गुणवत्ता परीक्षकांद्वारे (Quality Auditors) क्रमबद्ध पद्धतीने पडताळले गेले आणि त्यानंतर या पैलूंना ISO 9001:2008 साठी पात्र समजून या बोधपद्धतीला हे प्रमाणपत्र प्रदान करण्यात आले आहे.

या फाउंडेशनचे उद्दिष्ट आहे आपणास नकारात्मक विचारांकडून सकारात्मक विचारांकडे अग्रेसर करणे. सकारात्मक विचारांकडून शुभ विचारांकडे म्हणजे हॅपी थॉट्सकडे (विधायक आणि आनंदी विचारांकडे) प्रगती. शुभ विचारांकडून निर्विचार अवस्थेकडे मार्गक्रमण आणि निर्विचार अवस्थेच्या अंती आत्मसाक्षात्कार प्राप्ती शक्य आहे. 'मी सर्व विचारांपासून मुक्त व्हावे' हा विचार म्हणजे शुभ विचार (हॅपी थॉट्स) आणि 'मी सर्व इच्छांतूनमुक्त व्हावे', अशी इच्छा म्हणजे शुभ इच्छा.

'ज्ञान' या शब्दाचा अर्थ सामान्य ज्ञान असा होतो; परंतु तेजज्ञान म्हणजे ज्ञान व अज्ञान या दोहोंच्या पलीकडचे ज्ञान. पुष्कळ लोक सामान्य ज्ञानाच्या (General Knowledge) माहितीलाच ज्ञान मानतात; परंतु अस्सल ज्ञान आणि नुसती माहिती यांत फार मोठे अंतर आहे. आजमितीला लोक सामान्य ज्ञानाच्या उत्तरांनाच जास्त महत्त्व देतात. अशा ज्ञानाचे विषय म्हणजे कर्म आणि भाग्य, योग आणि प्राणायाम, स्वर्ग आणि नरक इत्यादी. आजच्या युगात सामान्यज्ञान प्राप्त करणारे लोक, आणि असा उपदेश करणारे शिक्षक मोठ्या प्रमाणावर आहेत; परंतु अशा ज्ञानाच्या प्राप्तीने जीवनात काही महत्त्वाचे परिवर्तन घडून येत नाही. असे ज्ञान म्हणजे केवळ बुद्धिविलास आहे किंवा अध्यात्माच्या नावावर

चाललेला बुद्धीचा व्यायाम आहे.

सर्व समस्यांवरील उपाय आहे तेजज्ञान. क्रोध, चिंता आणि भय यांपासून मुक्त जीवन म्हणजे तेजज्ञान. शारीरिक, मानसिक, सामाजिक, आर्थिक आणि आध्यात्मिक प्रगतीचा, सर्वांगीण प्रगतीचा मार्ग आहे तेजज्ञान. तेजज्ञान आपल्या अंतरंगात आहे. इथे या आणि या गोष्टीचा अनुभव घ्या.

आपल्याला असे ज्ञान हवं असेल, जे सामान्य ज्ञानापलीकडे आहे, जे प्रत्येक समस्येवरील उत्तर आहे, जे सर्व प्रकारच्या गृहीत धारणांपासून आपल्याला मुक्त करते, ईश्वरी साक्षात्कार घडवते, जे आपणास अंतिम सत्यात स्थापित करते, तर आता वेळ आली आहे शाब्दिक सामान्यज्ञानातून बाहेर पडून तेजज्ञानाचा अनुभव घेण्याची!

आजवर जपतप, तंत्र-मंत्र, कर्म-भाग्य, ध्यान-ज्ञान, योग-भक्ती असे अनेक मार्ग अध्यात्मात सांगितले गेले आहेत. या सर्व मार्गांनी प्राप्त होणारी अंतिम समज, अंतिम ज्ञान, बोध एकच आहे. अंतिम सत्याच्या जिज्ञासूला, साधकाला शेवटी जी एकच 'समज' प्राप्त होते, ती 'समज' श्रवणानेसुद्धा प्राप्त होऊ शकते. अशा समजप्राप्तीसाठी श्रवण करणे यालाच तेजज्ञान प्राप्त करणे म्हटले गेले आहे. तेजज्ञानाच्या श्रवणाने सत्याचा साक्षात्कार घडतो, ईश्वरीय अनुभव मिळतो. हेच तेजज्ञान सरश्री महाआसमानी शिबिरात प्रदान करतात.

महाआसमानी शिबिर (निवासी)

आपल्या मनात सत्यप्राप्तीची इच्छा, आकांक्षा असेल, तर महाआसमानी शिबिरात आपले स्वागत आहे. इथे या समजेत आपल्याला सहभागी केले जाते.

महाआसमानी शिबिरात अस्सल अध्यात्म आणि सरळ सत्य यांविषयी तीन भागांत सांगितले जाते : (१) प्रत्येक क्षण वर्तमानात जगणे. वर्तमान म्हणजे ना भूतकाळाचे ओझे, ना भविष्याची चिंता. (२) 'मी कोण आहे' हे आपल्याच अनुभवाने जाणणे. (३) स्वानुभवात स्थापित होणे. हे शिबिर संपूर्णत: सरश्रींच्या मार्गदर्शनावर आधारित आहे.

स्वबोध म्हणजे 'आपण वास्तवात जे आहोत'; हे जाणण्यासाठी आलेले सर्व लक्ष्यार्थी महाआसमानी शिबिराचा लाभ घेतात. हे शिबिर वर्षातून सात ते आठ वेळा घेतले जाते, त्याचा फायदा आज हजारो लोक घेत आहेत.

प्रत्येक सत्यप्रेमी साधकाकरिता चेतनेची दौलत वाढवण्यासाठी, तसेच अंतिम यश प्राप्त करण्यासाठी हे शिबिर करणे अनिवार्य आहे. महाआसमानी शिबिरात ईश्वरीय ज्ञान (Self Realisation) प्राप्त झाल्यानंतर आपण पूर्वी जसे होतो तसे राहत नाही. सर्व काही बदलते. क्षणभंगुर आनंदापासून दूर राहून आपण खऱ्या आनंदपथावर वाटचाल करू लागतो.

महाआसमानी ज्ञान मिळवण्याची तयारी प्रत्येक सत्यशोधक आपल्या जवळच्या तेजस्थानावर जाऊन करू शकतो. आपण महाआसमानी शिबिराची तयारी फाउंडेशनमध्ये उपलब्ध असलेली पुस्तके, सीडी आणि कॅसेट्सच्या श्रवणाद्वारेही करू शकता. याव्यतिरिक्त दूरदर्शन आणि रेडिओद्वारे सरश्रींच्या प्रवचनांचा लाभही घेऊ शकता. पण, एक गोष्ट मात्र आवर्जून लक्षात ठेवावी लागेल, ही पुस्तके, कॅसेट्स, दूरदर्शन-रेडिओवरील प्रवचने म्हणजे तेजज्ञान नसून, केवळ शिबिराचा परिचय आहे. तेजज्ञानाचा आनंद आपण प्रत्यक्ष महाआसमानी शिबिरात सहभागी होऊनच मिळवू शकाल.

महाआसमानी शिबिराची तयारी पुढील तेजस्थानांवर करून घेतली जाते : पुणे, सांगली, कोपरगाव, बार्शी, सातारा, जळगाव, अहमदाबाद, कोल्हापूर,

नाशिक, अहमदनगर, औरंगाबाद, जुनागढ, बारामती, मालेगाव, मुंबई, नागपूर, दिल्ली, हैदराबाद, भोपाळ, रायपूर, चेन्नई.

आपण या महाआसमानी शिबिरामध्ये सहभागी होऊन आपला सत्याचा शोध पूर्ण करू शकता. या शिबिरासाठी भोजन आणि निवास याची व्यवस्था केली जाते (यासाठी आपल्याला मनन आश्रम, पुणे इथे येऊन राहावे लागते).

आपल्याला काही शारीरिक व्याधी असतील आणि त्यासाठी आपण नियमितपणे औषधे घेत असाल, तर कृपया येताना आपली औषधे सोबत आणावीत. वातावरणानुसार उबदार कपडे, स्वेटर, ब्लँकेट आदी वस्तूही आणाव्यात.

महाआसमानी (निवासी) शिबिर 'मनन आश्रम' इथे आयोजित केले जाते. हा आश्रम पुणे शहराच्या बाह्यक्षेत्रात असीम निसर्गसौंदर्याने परिपूर्ण पर्वतरांगामध्ये वसलेला आहे. या आश्रमामध्ये महिलांसाठी व पुरुषांसाठी वेगवेगळी अशी स्वतंत्र व्यवस्था असून एकूण ६०० लोकांच्या निवासाची व्यवस्था आहे. हा आश्रम पुणे शहरापासून १७ किमी अंतरावर आहे. पुण्याला पोहोचण्यासाठी रस्ते, महामार्ग, रेल्वे तसेच विमान वाहतुकीची व्यवस्था सहज उपलब्ध आहे.

महाआसमानी (निवासी) शिबिरस्थान

मनन आश्रम, पुणे : सर्व्हे क्रमांक ४३, सणसनगर, नांदोशी गाव,
किरकटवाडी फाटा, तालुका हवेली, जिल्हा पुणे ४११ ०२४
दूरध्वनी : ०२०-२४३२ १९२५, भ्रमणध्वनी : ०९९२१० ०८०६०

- **पुणे सेंटर : (रजिस्टर्ड पत्ता)**
  विक्रांत कॉम्प्लेक्स, तपोवन मंदिराजवळ, पिंपरी, पुणे ४११ ०१७
  दूरध्वनी : ०२०-२७४१ १२४०, २७४१ २५७६
- **मुंबई सेंटर :** ५०३, सिद्धी बिल्डिंग, कांदिवली स्टेशनजवळ, अकुर्ली रोड, कांदिवली (पूर्व), मुंबई ४०० १०१ दूरध्वनी : ९३२२१७१३०७
- **दिल्ली सेंटर :** बायहार्ट तेजस्थान, ४४, अनंत राम कॉम्प्लेक्स, सेक्टर १३, आर. के. पुरम, न्यू दिल्ली ११० ०६६
  दूरध्वनी : ०११-३२९५ १२१० भ्रमणध्वनी : ०९८९१० ५९८७५
  आगामी महाआसमानी (निवासी) शिबिरामध्ये आपले स्थान आरक्षित करण्यासाठी त्वरित संपर्क करा : ०९९२१० ०८०६०, ०९०११० १३२०८

* नम्र निवेदन *

विश्वशांतीसाठी लाखो लोक दररोज सकाळी
आणि रात्री ९.०९ मिनिटांनी प्रार्थना करत आहेत.
कृपया, आपणही यामध्ये सहभागी व्हावं.

बेस्टसेलर पुस्तक 'विचार नियम'चे रचनाकार सरश्री यांची अन्य श्रेष्ठ पुस्तके

१. **आध्यात्मिक विकास साधण्यासाठी या पुस्तकांचा अवश्य लाभ घ्यावा :**
- जीवनाची दोन टोकं : ध्यान आणि धन
- मांजर आडवं गेलं तर : चुकीच्या धारणांतून मुक्ती
- अंतर्मनाच्या शक्तीपलीकडील आत्मबळ
- ध्यान दीक्षा : ध्यानाचे दान : 'स्व' साक्षीचं ज्ञान
- ध्याननियम : आध्यात्मिक उन्नतीचा दिव्यमार्ग
- मृत्यू उपरांत जीवन : मृत्यू मोका की धोका
- मृत्यू अंत नव्हे वाटचाल... पारटूचं रहस्य
- ईश्वर कोण मी कोण : आत्मसाक्षात्काराचा मार्ग
- तुझी इच्छा तीच माझी इच्छा : भक्ती वरदान

२. **स्व-विकासासाठी या पुस्तकांचा लाभ घ्यावा :**
- विचार नियम : आपल्या यशाचे रहस्य
- विकास नियम : आत्मसंतुष्टीचं रहस्य
- सन ऑफ बुद्धा या कथेतून जाणा : मुलांचा विकास कसा करावा?
- आळसावर मात : उत्साही जीवनाची सुरुवात
- आत्ममनोबल प्राप्त करण्याच्या सात शक्ती : मनासारखं लक्ष्य कसं प्राप्त कराल?
- स्वसंवाद एक जादू : आपला रिमोट कंट्रोल कसा प्राप्त करावा?
- बोरडम, मोह, अहंकार यांपासून मुक्ती : सूक्ष्म विकारांवर विजय
- रचनात्मक विचारसूत्र : नावीन्यपूर्ण विचारांद्वारे जीवन बदलण्याचा मार्ग
- महापुरुषांच्या लेखणीतून...
- सुगंध नात्यांचा : सोनेरी नियमाची किमया

३. **युवकांनी या पुस्तकांचा लाभ घ्यावा :**
- स्वामी विवेकानंद : भारतातील गुरू-शिष्य परंपरेची मशाल
- आजच्या युवा पिढीसाठी : विचार नियम फॉर यूथ
- नींव नाइन्टी फॉर टीन्स : बेस्ट कसे बनाल?
- श्रीरामांकडून काय शिकाल : नवरामायण फॉर टीन्स

४. **या पुस्तकांद्वारे प्रत्येक समस्येचं समाधान प्राप्त करा**
- स्वीकाराची जादू : त्वरित आनंद कसा प्राप्त करावा?
- भय, चिंता आणि क्रोध यांपासून : मुक्ती

५. **या आध्यात्मिक कादंबऱ्यांद्वारे जीवनाचं गूढ रहस्य जाणा**
- योग्य कर्मांद्वारे यशप्राप्ती : सन ऑफ बुद्धा
- शोध स्वत:चा : In Search of Peace
- पृथ्वी लक्ष्य : मृत्यूचं महासत्य
- दु:खात खूश राहण्याची कला : संवाद गीता

www.ingramcontent.com/pod-product-compliance
Lightning Source LLC
LaVergne TN
LVHW060623051026
849519LV00002B/744
* 9 7 8 9 3 8 4 3 1 6 7 4 7 *